வாய்மொழிக்கதைகள்

பாகம் 1

பாரதிபாலன்

BOOKS FOR CHILDREN

Vaaimozhi Kathaigal (Part 1) (in Tamil)

Bharathibalan

First Published: August, 2022

BOOKS FOR CHILDREN

imprint of Bharathi Puthakalayam

7, Elango Salai, Teynampet, Chennai - 600 018

Email: bharathiputhakalayam@gmail.com | www.thamizhbooks.com

வாய்மொழிக் கதைகள் (பாகம் 1)

பாரதிபாலன்

முதல் பதிப்பு: ஆகஸ்ட், 2022

ஓவியம்: ஸ்ரீரசா, மாருதி, ஜெயராஜ், அரசு மற்றும் ஓவியர்கள்

வெளியீடு:

புக்ஸ் ஃபார் சில்ரன் - பாரதி புத்தகாலயத்தின் ஓர் அங்கம்

7, இளங்கோ சாலை, தேனாம்பேட்டை, சென்னை - 600 018

தொலைபேசி : 044-24332424, 24330024 | விற்பனை: 24332924

விற்பனை நிலையங்கள்

7, இளங்கோ சாலை, தேனாம்பேட்டை, சென்னை - 600 018
மதுரை: *37A, பெரியார் பேருந்து நிலையம் - 045 22324674*
ஈரோடு: 39: 39 ஸ்டேட் பாங்க் சாலை - 9245448353
திண்டுக்கல்: *பேருந்து நிலையம் - 9942331105, 9976053719*
பழனி: *பேருந்து நிலையம் அருகில் - 7010760693*
திருப்பூர்: *447, அவினாசி சாலை - 9486105018*
சேலம்: *பாலம் 35, அத்வைத ஆஸ்ரமம் சாலை 0427 2335952*
திருவல்லிக்கேணி: *48, தேரடி தெரு - 9444428358*
வடபழனி: *பேருந்து நிலையம் எதிரில் அடையார்*
ஆனந்தபவன் மாடியில் *- 9444476967*
பெரம்பூர்: *52, கூக்ஸ் ரோடு - 9444373716*
திருவாரூர்: *35, நேதாஜி சாலை - 9442540543*
சேலம்: *15, வித்யாலயா சாலை சாலை*
திருநெல்வேலி: *25A, ராஜேந்திரநகர் - 9442149981*
அருப்புக்கோட்டை: *31, அகமுடையார் மஹால் - 9994173551*
மதுரை: *சர்வோதயா மெயின்ரோடு*
குன்னூர்: N.K.N வணிக வளாகம் பெட்போர்ட்
செங்கல்பட்டு: *1 D ஜி.எஸ்.டி சாலை - 044 27426964*
விருதுநகர்: *131, கச்சேரி சாலை - 0456 2245300*
கும்பகோணம்: *352, ரயில் நிலையம் எதிரில் - 9443995061*
வேலூர்: *பேஸ் III, சத்துவாச்சாரி - 9442553893*
நெய்வேலி: *பேருந்து நிலையம் அருகில், - 9443659147*
தஞ்சாவூர்: *காந்திஜி வணிக வளாகம் காந்திஜி சாலை - 9655542400*
கோவை: *77, மசக்காளிபாளையம் ரோடு, பீளமேடு - 8903707294*
திருச்சி: *வெண்மணி இல்லம், கரூர் புறவழிச்சாலை - 9994289492*
திருவண்ணாமலை: *முத்தம்மாள் நகர்*
நாகர்கோவில்: *699 கே.பி.ரோடு R.V.புரம் - 9443450111*
சிதம்பரம்: *22A / 18B தேரடி கடைத் தெரு,*
கீழவீதி அருகில் *- 9994399347*
கரூர்: *நாரத கானசபா அருகில் (TNGEA OFFICE)- 9442706*
காரைக்குடி : *12, 2 வது தெரு, கம்பன் மணிமண்டபம் பி... புறம் - 9443406150*

நினைத்த நூல்கள்... நினைத்த நேரத்தில்...

BharathiTV | www.bookday.in

thamizhbooks.com

8778073949

ரூ.200/-

அச்சு : பிரிண்டெக், சென்னை - 600 005.

அறிமுகம்

கதைகள் என்றாலே எல்லோருக்கும் விருப்பம். சிறுவர்களுக்கு மட்டுமல்ல பெரியவர்களுக்கும் கூட கதை என்றால் மிகுந்த விருப்பம்! குழந்தைகளுக்கு கதை என்றால் போதும் சாப்பாடு கூட வேண்டாம். கதை கூறுவது என்பது மகிழ்ச்சியானது. உற்சாகமான அனுபவமும் கூட. கதை கூறுவதும் கதை கேட்பதும் ஒரு மரபாகவே நம்மிடம் வளர்ந்து வந்துள்ளது. அது ஒரு அனுபவமாகவும் மலர்ந்து மகிழ்ச்சியூட்டுவதாகவும், கிளர்ச்சியூட்டுவதாகவும் அமைகிறது.

சாதனைகள் படைத்த பலர், “என் சிந்தனையைத் தூண்டி -- என் உயர்வுக்கு உரமாக அமைந்தது, நான் சிறுவனாக இருந்தபோது எனக்கு என் அம்மா சொன்ன கதைகள்தான்” என்று கூறியிருக்கிறார்கள். இன்றும் கூறுகின்றனர்.

கதைகளுக்கு அவ்வளவு சக்தி உண்டு!

மராட்டிய வீரன் சிவாஜி மாவீரனாக மாறியதற்கும், மகாத்மா காந்தி சத்தியசீலராக மாறியதற்கும் அவர்கள் பெற்றோர்கள் கூறிய கதைகள் தான் அடிப்படைக் காரணம் என்று வரலாறு கூறுகிறது. பல நாடுகளில் சமூக மாற்றங்களுக்கும் அரசியல் மாற்றங்களுக்கும் காரணமாக சில கதைகள் அமைந்துள்ளன. கதைகளைக் கேட்டு கேட்டுத் தங்களை ஆளுமை கொண்டவர்களாக வளப்படுத்திக் கொண்டவர்களும் உண்டு.

கதை கூறும் வழக்கமும் கதைபடிக்கும் பழக்கமும் படிப்படியாக மறைந்து வருகிறது என்று சொல்லபட்டாலும் அதன் தாகம் இன்னும் தீரவில்லை என்றுதான் சொல்ல வேண்டும். இருப்பினும் இன்னும் கிராமங்களிலும் நகரங்களிலும் கூட கதை கூறுவதும் கதை கேட்பதும் நிகழ்ந்து கொண்டுதான் இருக்கின்றன. இதுமட்டுமல்ல இன்றும் யூடியூப் சானல்களில் கதை கூறுகின்றனர். அதனால் புகழும் அடைகின்றனர். இதற்குக்காரணம் கதை கேட்டுக் கேட்டு வளர்ந்து வந்துள்ள நம் முன்னோர்களின் மரபில் வந்தவர்கள் நாம்!

கிராமப்புறங்களில் திண்ணைகளில் அமர்ந்து கொண்டு மணிக்கணக்கில் கதை சொல்லும் மரபு இன்றும் தொடர்கிறது. எல்லாமே நாட்டுப் புறக்கதைகள் தான். அவர்கள் கூறுகின்ற கதைகளுக்கு சுமார் இருநூறு வயதிற்கு மேல் கூட இருக்கலாம். வழி வழியாக இக்கதைகள் கூறப்பட்டு பல வருடங்களையும் பல இடங்களையும் தாண்டி வந்திருப்பதனை அறியமுடிந்தது. இந்தப் பயணத்தில் இக்கதைகளின் உருவமும் உள்ளடக்கமும் காலச் சூழலுக்கு ஏற்ப மாறினாலும் அதன் உள்ளொளி மாறாமல் இருப்பதனை அறியமுடிந்தது.

நம் அடுத்த தலைமுறைக்கு அக்கதைகளைக் கொண்டு செல்ல வேண்டிய பொறுப்பும் கடமையும் நமக்கு உண்டு. அந்த உணர்வின் வெளிப்பாடுதான் இக்கதைத் தொகுப்பு

இன்றும் கதைகள் கேட்பதற்கு சிறுவர்கள் ஏங்குகிறார்கள். ஆனால் கதைகள் கூறுவதற்குத்தான் ஆட்கள் இல்லை. அம்மாவிடம் கதைகள் கேட்டால் “எனக்கு ஒரு கதையும் தெரியாது, உங்க அப்பாவிடம் போய்க் கேளு” என்று விரட்டுகிறார். அப்பாவிடம் கேட்டால் “கதை சொல்வதற்கு எனக்கு எங்க நேரம் இருக்கு?” என்று ஒதுங்கிவிடுகிறார். காரணம் சொல்வதற்கு அவர்களிடம் கதைகளே இல்லை. கதை சொல்லும் ‘செயலிகளைத்’ தேடுகின்றனர். எப்போதாவது ஆசிரியர் ஒன்றிரண்டு கதைகள் கூறுகிறார். அந்தக்கதைகள் சலிப்பூட்டக் கூடியதாகவே இருக்கின்றன. சில இடங்களில் கதை சொல்லும் பயிற்சி வழங்குகிறார்கள்.

இன்று பெரும்பாலான கதைப்புத்தகங்கள் அறிவுரை கூறும் நூல்களாகவும், நாடகப் பாணியில் நீதி கூறும் நூல்களாகவும் இருப்பதைக் காணமுடிகிறது. இது சலிப்பையும் வெறுப்பையுமே ஏற்படுத்துகின்றன. மகிழ்வையும் வாசிப்பு அனுபவங்களையும் தருவதாக இல்லை என்ற குறை சொல்லப்படுகிறது.

இக்குறைகளை ‘வாய்மொழிக்கதைகள்’ என்ற இந்தக் கதைக் களஞ்சியம் நீக்கும் என்று நம்புகிறேன். தொகுப்பில் உள்ள கதைகள் குழந்தைகளுக்கு மகிழ்வூட்ட வேண்டும். அவர்களின் சிந்தனையைத் தட்டி எழுப்பவேண்டும். உள்ளத்தில் புதிய ஒளியினைப் பாய்ச்ச வேண்டும். இது தான் இதன் நோக்கம். இதில் பல வகையான கதைகள் உள்ளன.

பஞ்ச தந்திரக் கதைகள் அரசர்களுக்கும், அதிகாரத்தில் இருப்பவர்களுக்கும் சொல்லப்பட்ட கதைகள். அது மக்களுக்கான

கதைகளாகாது. அதில் சொல்லப்படுகின்ற தந்திரங்களும் சூழ்ச்சிகளும் அரசர்களுக்கும் அதிகாரத்தில் இருப்பவர்களுக்கும் தான். அக்கதைகளைத் மாற்றி எல்லோருக்குமான கதைகளாக இத்தொகுப்பில் சொல்லப்பட்டுள்ளது.

இத்தொகுப்பில் உள்ள ஒவ்வொரு கதையும் ஒவ்வொருவகையில் முக்கியத்துவம் பெறுகின்றன. இதனை நீங்கள் வாசிக்கும்போது அறிவீர்கள். குறிப்பாக இதன் உள்ளடக்கம், எடுத்துரைப்பு, மொழி என்று ஒவ்வொரு அம்சமும் தனித்தன்மை கொண்டவை.

இந்த அவசர உலகத்தில் நாம் இழந்துவிட்ட பரவசத்தை இக்கதைகள் நிச்சயம் மீட்டுத்தரும். இக்கதைகளை வாசியுங்கள். நிதானமாக வாசியுங்கள். வாசித்த கதைகளை மனதிற்குள் நினைத்துப் பாருங்கள். இது ஒரு அனுபவம்தான்.

இக்கதைகள் வாய்மொழியாகச் சொல்லப்பட்டவைகள்; முதலில் சொல்லப்பட்ட வடிவம்; பின்பு ஏற்பட்ட மாற்றம்; இதன் தொடக்கம் யார் என்று அறியேன்; தமிழகத்தின் பல்வேறு மாவட்டங்களில் இருந்து கேட்டுச் சொல்லப்பட்டதின் எழுத்து வடிவம் சொன்னவர்களுக்கும் கேட்டுச் சொன்னவர்களுக்கும் இத்தருணத்தில் நன்றி கூறக் கடமைப்பட்டுள்ளேன். இதனை வெளிக் கொண்டு வந்து பரவலாக்கும் முயற்சியில் ஈடுபட்டுள்ள பாரதிபுத்தகாலயத்திற்கும் நன்றி.

பாரதிபாலன்

சென்னை

26.08.2022

பொருளடக்கம்

பாகம் - 1

1
நரியும் திராட்சையும்

ஒரு காட்டில் ஒரு நரி பசியுடன் அலைந்தது. அலைந்து அலைந்து நாவறட்சி, தாகமும் பசியும் நரியைத் தடுமாற வைத்தன.

கடைசியில் நரி ஒரு திராட்சைக் கொடியைக் கண்டது. கொடி ஒரு கம்பில் சுற்றி உயரே பந்தலாய்ப் படர்ந்திருந்தது. மேலே அண்ணாந்து பார்த்தது நரி. ஆகா! கொத்துக் கொத்தாய்த் திராட்சைப் பழங்கள்! அதன் பசிக்கும் தாகத்துக்கும் மருந்து!

நரியின் லட்சியம் திராட்சைப் பழம் தான்! லட்சியத்தை அடைய வேண்டும். சிரமப்படாமல் எப்படி முடியும்?

நரி தாவித் தாவிக் குதித்தது. பழம் எட்டவில்லை. மீண்டும் மீண்டும் நரி குதித்துப் பார்த்தது...ம் ...ஹூம். பழம் எட்டுகிற மாதிரித் தெரியவில்லை.

இது போலத் தான் முன்னொரு நரி இப்படிக் குதித்துப் பார்த்துவிட்டு முடியாமல், "சீச்சீ! இந்தப் பழம் புளிக்கும்" என்று சொல்லிவிட்டுப் போனதாம். அப்படிப் போக இந்த நரிக்கு விருப்பமில்லை.

'நமக்கு முயற்சி போதாது. கொஞ்சம் கூடுதலாக முயன்று பார்க்க வேண்டும். பழம் புளிக்கிறது என்று சொல்லிப் போவது நமது பலவீனத்தையே காட்டும். நாமும் குதித்துத் தான் பார்க்கிறோம். எட்டவில்லை. வேறு என்ன செய்யலாம்...? நரி யோசித்தது.

உடற்பயிற்சி செய்து பார்க்கலாமா..? இந்த எண்ணம் வந்ததும் நரி உடற்பயிற்சியில் இறங்கியது. கால்களை உதறி உதறிக் குதித்தது. எவ்விக் குதித்து உடலைப் பழக்கியது. இப்படியே சில நேரம்...

இப்போது நரி திராட்சைப் பழத்திற்கு நேராக ஓடி வந்து எவ்விக் குதித்தது. அடேயப்பா! எட்டிவிட்டது. ஆனால், ஓரிரு பழங்கள் தான் கிடைத்தன. எப்படியோ முயற்சிக்குப் பலன் கிடைத்துவிட்டதே என்ற ஆனந்தம் நரிக்கு.

நரிக்கு இப்போது நம்பிக்கை வந்து விட்டது. இன்னும் கடினமாக முயன்றால் அதற்கு ஏற்பப் பலன் கிடைக்கலாம்.

தன் முயற்சி பற்றாமல் போனால், கருவியின் துணையோடு முயன்று பார்க்க வேண்டும். உயரத்தில் உள்ளது பழம். பழத்தை எட்ட ஒரு ஏணி இருந்தால் போதும். ஏணியை நாமே உருவாக்கினால் என்ன...? நரியின் மூளை வேலை செய்தது.

சுற்றுமுற்றும் பார்த்தது நரி. காட்டு மூங்கில் குச்சிகள் சிதறிக் கிடந்தன. நீளமான இரண்டு மூங்கில்களை ஒவ்வொன்றாக இழுத்து வந்தது. மூங்கிலைத் தரையில் நிறுத்திப் பந்தலில் சாய்த்தது. அடுத்த மூங்கிலையும் முன் போலவே அதன் பக்கத்தில் சாய்த்தது. இரண்டிற்கும் குறுக்காகச் சின்னச் சின்னக் குச்சிகளை வைத்தது. காட்டுக் கொடியால் குச்சிகளை இணைத்துக் கட்டியது. ஒரு குச்சியைக் கீழே கட்டியதும் அதன் மேல் ஏறி நின்றுகொண்டு அடுத்த குறுக்குக் குச்சியைக் கட்டியது. இப்படியே ஒவ்வொரு படியாய் ஏறி உச்சியை அடைந்துவிட்டது நரி!

நரி, தான் நினைத்ததை அடைந்துவிட்டது. அதன் வயிறும் நிறைந்தது. மனமும் நிறைந்தது.

எதையும் முதல் பார்வையிலேயே ‘நம்மால் முடியாது’ என்று நினைக்கக் கூடாது. நம்மால் முடியாதது எதுவும் இலலை. எல்லாம் முடியும். நமது தொடர்ந்த முயற்சி இருந்தால்.

வானம் கூடத் தொட்டுவிடும் தூரம் தான்!

சொன்னவர்: வெ. மு. ஷாஜகான்கனி

2
காகமும் நரியும்

ஒரு கிராமத்தில் ஏழைப் பாட்டி ஒருத்தி வசித்து வந்தாள். ஒரு மரத்தடியில் அடுப்பு வைத்து வடை சுட்டு விற்று வந்தாள். அதில் கிடைக்கும் வரும்படிதான் அவள் வாழ்க்கையை நடத்த உதவியது.

ஒரு நாள், வடை வியாபாரம் மும்முரமாய் இருந்தது. தட்டு நிறைய வடைகளைச் சுட்டுக் குவித்திருந்தாள் பாட்டி பக்கத்தில் ஒரு வேப்ப மரம், மரக்கிளையில் ஒரு காகம். மிக இளவயதுக் காகம். அது வயதுக்கு நன்றாக உழைத்துச் சாப்பிடலாம். குர்'ரென்று வடைத் தட்டையே வெறித்துப் பார்த்தவாறு அமர்ந்திருந்தது.

பாட்டி விறகுக் குச்சியை எடுக்கப் பின்னால் திரும்பினாள். அதுதான் சமயம் என்று அந்தக் காகம் வடைத் தட்டை நோக்கிப் பறந்தது. வடையை நெருங்கும் நேரம் பாட்டி பார்த்து விட்டாள். கையிலிருந்த விறகுக் குச்சியால் ஒரு போடு போட்டாள். காகம் தள்ளிப் போய்த் தரையில் விழுந்தது. இறக்கைகளைப் படபடத்தது. எழுந்திருக்க முடியவில்லை.

பாட்டி விடவில்லை. "அந்தத் திருட்டுச் சனியனைப் பிடிங்க. மரத்தில் கட்டித் தொங்கப் போடணும்!" என்று கூச்சலிட்டு எழுந்தாள்.

அப்போது அங்கே ஒரு நரி வந்தது. காகத்தின் நிலையை நரி புரிந்துகொண்டது. நரி பாட்டியைப் பார்த்து, "பாட்டி! நீ வியாபாரத்தைக் கவனி, நான் இதைக் கவனித்துக்கொள்றேன்" என்று சொல்லி, காகத்தை வாயில் கவ்விக்கொண்டு காட்டுக்கு ஓடியது.

காட்டை அடைந்ததும் நரி மூலிகைகளைத் தேடியது. காகத்தின் காயத்திற்கு வைத்தியம் பார்த்தது. இப்போது காகம் திடமாய் எழுந்து நின்றது. வலி குறைந்துவிட்டது போல் இருந்தது. நரியை நன்றியோடு பார்த்தது காகம்.

நரி அறிவுரை சொல்லத் தொடங்கியது: "முட்டாள் காகமே! நான் வந்திராவிட்டால் உன் கதி என்னவாயிருக்கும்! அடுத்தவர் பொருளுக்கு ஆசைப்படலாமா? போன தடவை இப்படித்தான் உன் அம்மா இதே பாட்டியிடம் திருடினாள். என்ன ஆயிற்று? அந்த வடை அவளுக்குத் தின்னக் கொடுத்து வைத்ததா?" என்று கேட்டது நரி.

அம்மாவை இழித்துப் பேசியது காகத்திற்குக் கோபத்தைக் கிளப்பியது. "யோக்கியன் போல் பேசாதே! என் அம்மா வடை திருடினாள். உன் அம்மா அதை ஏமாற்றிப் பறித்துக்கொண்டு போனாள். அந்த ஏமாற்று நரியின் மகன் தானே நீ?" என்று காகம் நரியைத் திருப்பிக் கேட்டது.

"ஆமாம். திருட்டுக்குத் திருட்டு சரியாகிவிட்டது! அதைப் பேசாதே!" என்று அதட்டியது நரி.

"திருட்டுக்குத் திருட்டு சரியா? எப்படி? என் அம்மா பாட்டியிடம் திருடினாள். பாட்டி, என் அம்மாவிடம் வந்து திருடியிருந்தால் தான் திருட்டுக்குத் திருட்டு சமம் ஆகும். இருவருக்குமே சம்பந்தமில்லாத உன் அம்மா வந்து திருடுவது இதில் எப்படி நியாயம்?" என்று தர்க்கம் செய்தது காகம் நரி சிரித்துக் கொண்டது. "நீ சொல்வது சரிதான். உனக்கு அன்றைக்கு நடந்த முழுக்கதை தெரியாது. பாதி தான் தெரியும், முழுதையும் சொல்கிறேன் கேள்" என்று சொல்லத் தொடங்கியது.

"உன் அம்மாவைப் பாடச்சொல்லி, வடை கீழே விழ, அதைக் கவ்விக்கொண்டு என் அம்மா ஓடினாள். அப்போது என்ன நடந்தது தெரியுமா? அந்தப் பக்கமாய் ஒரு நாய் வந்தது. அது என் அம்மா வாயிலிருந்த வடையைப் பறித்துக்கொண்டு

ஓடியது. என் அம்மா நாயைப் பின் தொடர்ந்து ஓடினாள். நானும் கூட ஓடினேன். கடைசியில் அந்த நாய் பாட்டி வீட்டில் போய் நின்றது. பாட்டியிடம் வடையைக் கொடுத்தது நாய். அந்த நாய்க்கே வடையைப் பரிசாகக் கொடுத்தாள் பாட்டி. இப்போது சொல். திருடுவது நிலைக்குமோ? அவரவர் பொருள் அவரவரிடமே போய்ச் சேரும். புரிகிறதா?" என்று விளக்கியது நரி.

"உண்மை தான். இனிமேல் நாம் உழைத்துச் சாப்பிடுவோம். அதில் தான் நிம்மதி இருக்கிறது!" என்று கூறிவிட்டுக் காகம் பறந்து சென்றது.

3
அப்பம் பகிர்ந்த குரங்கு

ஒரு ஊரை ஒட்டிய சிறு காடு. அந்தக் காட்டில் வாழ்ந்த சிறு சிறு விலங்குகளுக்குக் குரங்கு தான் ராசா. எந்த வழக்கும் அவரிடம் வந்தாக வேண்டும். அவர் சொல்லும் தீர்ப்பு தான் தெய்வவாக்கு.

அந்தக் காட்டில் ஒரு பூனை வாழ்ந்து வந்தது. அந்தப் பூனையின் வீட்டுக்கு வெளியூரிலிருந்து ஒரு விருந்தாளிப் பூனை வந்தது. இரண்டு பூனைகளும் சேர்ந்து ஊருக்குள் உணவு தேடப் புறப்பட்டன.

பூனைகள் இரண்டும் ஆளுக்கொரு வீட்டில் நுழைந்தன. உள்ளூர்ப் பூனை நுழைந்த வீட்டில் ஒன்றும் கிடைக்கவில்லை. விருந்தாளிப் பூனை ஒரு அப்பத்தோடு திரும்பி வந்தது. "அந்த வீட்டு எச்சில் இலையில் இது கிடந்தது!" என்று விருந்தாளிப் பூனை பெருமையுடன் சொன்னது.

உள்ளூர்ப் பூனைக்குப் பொறாமை. "நீ என் வீட்டுக்கு வந்த விருந்தாளி. உனக்குக் கிடைத்த அப்பத்தில் பாதி உரிமை எனக்கு உண்டு!" என்று சொன்னது. விருந்தாளிப் பூனை சம்மதித்தது. "சரி, பாதி பிய்த்துத் தருகிறேன். வாங்கிக்கொள்" என்று பிய்க்கப் போனது.

“நிறுத்து!” என்று அதைத் தடுத்தது உள்ளூர்ப் பூனை. “நீயாகப் பிய்த்தால் உனக்கு நிறைய ஒதுக்கிவிடுவாய். நான் பிய்த்தாலும் நியாயம் இல்லை. எங்க குரங்குராசா ஒரு தராசு வைத்திருக்கிறார். எனவே, இந்த வழக்கை எங்க குரங்கு ராசாவிடம் கொண்டு போகலாம்!” என்று யோசனை சொன்னது. விருந்தாளிப் பூனை அதற்கும் சம்மதித்தது.

இரண்டு பூனைகளும் அப்பத்துடன் குரங்கு ராசாவிடம் வந்தன. குரங்கு ராசாவின் ‘திருட்டு முழி’ விருந்தாளிப் பூனைக்குப் பிடிக்கவில்லை. இருந்தாலும் தன் நண்பனுக்காகப் பொறுமையாக இருந்தது.

உள்ளூர்ப் பூனை வழக்கு விபரத்தைச் சொல்லி, “இந்த அப்பத்தை எங்கள் இருவருக்கும் சமமாகப் பகிர்ந்து கொடுங்கள்” என்று அப்பத்தை நீட்டியது. குரங்கு ராசா அப்பத்தை வாங்கிக் கொண்டார். தராசை எடுத்தார். அப்பத்தை வேண்டுமென்றே பெரிதும் சிறிதுமாக இரண்டாகப் பிய்த்து இரண்டையும் தராசின் ஒவ்வொரு தட்டிலும் போட்டார்.

குரங்கு ராசா தராசைத் தூக்கிப் பார்த்தார். ஒரு தட்டு கனமாகக் கீழே இறங்கியது. “அடடா! இதில் கூடிப் போச்சே” என்று சொல்லியபடி கூடிய பகுதியில் அதிகமாகவே பிய்த்தார். பியத்த அப்பத் துண்டை தன் வாயில் திணித்து மென்று அசைபோட்டார். அப்பாவி உள்ளூர் பூனை அமைதியாய் இருந்தது. வெளியூர் பூனைக்குக் குரங்குராசாவின் திருட்டுப்புத்தி புரிந்து போனது.

குரங்கு ராசா மறுபடியும் தராசைத் தூக்கிப் பார்த்தார். முதலில் கனமாகக் கீழே இறங்கிய தட்டு இப்போது மேலே ஏற, அடுத்த தட்டுக் கனமாகிக் கீழே இறங்கியது. "அடடா! இது கூடி விட்டதே" என்று சொல்லிக் குரங்குராசா, கூடிய தட்டின் அப்பத்தைப் பிய்த்தார். உடனே, விருந்தாளிப் பூனை குறுக்கிட்டது.

"ராசா, கொஞ்சம் இருங்க. இப்ப நீங்க பிய்த்த துண்டை இரண்டு துண்டாக்கி இரண்டு தட்டிலும் போடுங்க!" என்று சொன்னது.

குரங்கு ராசாவுக்குக் கோபம் வந்துவிட்டது. "இங்கே நான் நீதிபதியா? நீ நீதிபதியா?" என்று சீற்றத்துடன் கேட்டது.

விருந்தாளிப் பூனை பயபக்தியுடன் பதில் சொன்னது. "மகாராசா! நீங்கள் தான் நீதிபதி! நீங்கள் நீதிபதி என்றாலும் அப்பம் எங்களுடையது பாருங்கள். அதனால், நாங்கள் சொல்கிறபடியும் கொஞ்சம் செய்து பாருங்களேன்!" என்று பணிந்தது போல் பாசாங்கு செய்தது.

"சரி போ. நீ சொல்கிறபடி செய்தால் என்ன ஆகிவிடும்!" என்று குரங்கு ராசா வேண்டா விருப்பாக, பிய்த்த துண்டை இரண்டு துண்டுகளாக்கி இரண்டு தட்டிலும் போட்டார். தராசைத் தூக்கிப் பார்த்தால் இரண்டும் சமம்!

"ஆகா! இரண்டும் சமமாகிவிட்டது! இந்தப் பாதி எனக்கு" என்று உள்ளூர்ப் பூனை ஒரு பாதியை எடுத்துக் கொண்டது. "இந்தப் பாதி எனக்கு" என்று விருந்தாளிப் பூனை எடுத்துக் கொண்டது.

இரண்டு பூனைகளும் வெளியே வந்தன. விருந்தாளிப் பூனை சொன்னது. "இங்கே பார். உங்கள் ராசாவுக்குத் திருட்டுப் புத்தி! நாம் வேடிக்கை பார்த்துக் கொண்டு நின்றிருந்தால், நமது அப்பம் முழுவதையும் அவரே தின்று ஏப்பம் விட்டிருப்பார். ராசா தவறு செய்கிறார் என்றால் நாம் அதைத் தட்டிக் கேட்க வேண்டும். அப்போது தான் ராசா திருந்துவார். வேடிக்கை பார்த்துக் கொண்டிருந்தால் கடைசியில் ஏமாறுவது நாம் தான்!"

உள்ளூர்ப் பூனைக்கு இப்போது தான் உறைத்தது.

சொன்னவர்: வெ. மு. ஷாஜகான்கனி

4
முயலும் சிங்கமும்

ஒரு காட்டில் ஒரு சிங்கம் அரசாட்சி செய்து வந்தது. அதை 'அரசாட்சி என்று சொல்வதைவிட, அக்கிரம ஆட்சி' என்றே சொல்ல வேண்டும்.

எந்த மிருகமும் நிம்மதியாக இருக்க முடியவில்லை. பிங்கம் யாரை எப்போது கடித்துத் தின்னும் என்று சொல்ல முடியாது. நல்லவரையும் தின்னும். ஒரு பாவமும் அறியாத குட்டிகளையும் தின்னும். எந்த மிருகங்களுக்குமே சிங்க ராஜாவைப் பிடிக்கவில்லை.

ஒரு நாள் எல்லா மிருகங்களும் ஒரு மைதானத்தில் கூடின. ஒரு மாநாடுபோலக் கூட்டம். யானைதான் தலைமை தாங்கியது. கருத்துகள் கேட்கப்பட்டன.

ஒட்டகம் முதலில் பேசியது. "சிங்க ராஜா புலால் தின்பது தான் நமக்குப் பிரச்சனை. நமது மாநாட்டுத் தலைவர் யானை

யாரைப் போலச் சிங்க ராஜாவும் பச்சை மூங்கில், கரும்பு என்று தின்றால் பிரச்சனையே இல்லை. இதற்கு அவரிடம் அறிவுரை சொல்வோம்'' என்றது.

புலிக்கு இந்த யோசனை கொஞ்சங் கூடப் பிடிக்கவில்லை. "யோவ் ஒட்டகம்! உமது புத்தியும் உமது முதுகு மாதிரித் தான் கோணலா இருக்கு புலி பசித்தாலும் புல்லைத் தின்னாது என்று சொல்வார்கள். சிங்கமும் அப்படித்தான். இது தெரியாமல் பேசுகிறீரே!'' என்று அதட்டியது.

புலியின் கருத்து மாடுகளுக்கோ மான்களுக்கோ பிடிக்கவில்லை. எதிர்க்குரல் எழுப்பின. "புல் தின்கிற எங்களுக்குப் புல் தின்கிற தலைவன்தான் ராஜாவாக முடியும்!'' என்று போர்க்குரல் எழுப்பின.

யானைத்தலைவர் ஒழுங்குபடுத்தினார். "சரி சரி! விசயத்துக்கு வாங்க. இப்ப நம்ம பிரச்சனையே, சிங்கத்தை எப்படிச் சமாளிப்பது என்பதுதான். சிங்கம் நமது அறிவுரைகளைக் கேட்டுத் திருந்தும் என்ற நம்பிக்கை எனக்கு இல்லை. வேறு யோசனை சொல்லுங்கள்!'' என்று கூட்டத்தைப் பார்த்துக் கேட்டார். கூட்டத்தில் ஒரே அமைதி.

அந்த அமைதியை உடைப்பது போல் நரி உரத்த குரலில் கத்தியது. "அந்தத் திருந்தாத சிங்கத்தைக் கொன்று புதைத்து விடலாம்!"

எல்லா மிருகங்களும் நரியை முறைத்தன. கரடிக்கு ஏதாவது பேசவேண்டும் போல் இருந்தது. அதனால், நரியைப் பார்த்து, "ஏப்பா குள்ள நரி! நீ சிங்கத்துக்கு முழங்கால் உயரம் இருப்பாயா? நீ போய் அதைக் கொல்லப் போகிறாயாக்கும்? போங்கடா சின்னப்பசங்களா!"

கரடி இப்படிச் சொன்னதும் அங்கிருந்த குட்டி முயலுக்கு ரோஷம் வந்தது. "இங்க பாருங்க கரடி மாமா! உருவத்தை வச்சு திறமையை எடை போடாதீங்க. நீங்க வேணும்னா என்னை அனுப்புங்க. நான் சிங்கத்திடம் போகிறேன். சாமர்த்தியமாக அதைக் கொன்று கிணற்றுக்குள் தள்ளிவிட்டு வருகிறேன்" என்று சூளுரைத்தது.

குட்டி முயல் இப்படிச் சொன்னதும் பெரிய பெரிய விலங்குகளுக்கெல்லாம் வெட்கமாகப் போய்விட்டது. ஒரு பேச்சுக்காகவாவது நாம் இப்படிச் சொல்லியிருக்கலாமே! என்று மனசுக்குள் நினைத்தன. சில விலங்குகள் முயலின் கையைப் பிடித்துக் குலுக்கின. கன்னத்தைத் தட்டி உற்சாகம் யாட்டின. யானைத் தலைவரும் பாராட்டுவது மாதிரி லேசாகச் சிரித்துக் கொண்டார்.

மாட்டுக்கு இது பிடிக்கவில்லை

"இங்கே பாருங்க. இந்தச் சின்ன முயல் ஏதோ தெரியாமல் பேசிவிட்டது. இதை நீங்களும் சேர்ந்து உற்சாக மூட்டுவது சரியல்ல. சிங்கம் பண்ணுவது தவறு தான். அதற்காக. அதைக் கொலை செய்து விடுவதா? அது எவ்வளவு பெரிய குற்றம் தெரியுமா? இந்தியன் பீனல் கோடு 302ஆவது பிரிவின்படி, இது திட்டமிட்ட - சதி செய்யப்பட்ட கொலை! குறைந்தபட்சம் தூக்குத் தண்டனை அல்லது 14 வருடக் கடுங்காவல் தண்டனை இதற்கு உண்டு. இதெல்லாம் வேண்டாம். நான் சொல்கிறபடி செய்வீர்களா?" என்று நீண்ட உரையாற்றி நிறுத்தியது மாடு.

"என்ன? என்ன செய்யச் சொல்கிறாய்?" என்று கேள்விகள் கூட்டத்தில் எழுந்தன. மாடு சொன்னது.

"முன்னர் ஒரு தடவை, நாங்கள் நான்கு எருதுகள் ஒற்றுமையாய் மேய்ந்து கொண்டிருந்தபோது இதே சிங்கம் எங்களை வேட்டையாட வந்தது. நாங்கள் நான்கு பேரும் ஒற்றுமையாய் எதிர்த்தோம். சிங்கத்தால் நிற்க முடியவில்லை. ஓடியே போய்விட்டது. இதிலிருந்து என்ன தெரிகிறது? ஒற்றுமையே பலம். ஒற்றுமையே நமக்குப் பாதுகாப்பு. சிங்கத்தை ஒற்றுமையாய் எதிர்ப்போம்! மாட்டின் கருத்தை அந்த மாநாடு ஏற்றுக் கொண்டது.

"ஒன்று படுவோம்!" என்ற கோஷத்தை அந்தக் காடே எதிரொலித்தது.

இப்போது சிங்கம், கிழங்குகள் பழவகைகள் என்று சைவ உணவைத் தின்று பழகி வருவதாகச் சொல்லிக் கொள்கிறார்கள்.

சொன்னவர்: வெ. மு. ஷாஜகான்கனி

5
ஆமையும் முயலும்

காட்டிலே திருவிழா,

திருவிழாவின் ஒரு நிகழ்ச்சியாக விளையாட்டுப் போட்டிகள் தொடங்கின.

"முதலில் ஓட்டப் பந்தயம்! சிறுத்தைதான் நடுவர். போட்டியில் கலந்து கொள்பவர்கள் முன்வரலாம்!" என்று அறிவித்தது குரங்கு.

விலங்குகளுக்கு ஒரே உற்சாகம். பந்தயத்தில் கலந்து கொள்வதைவிட வேடிக்கை பார்ப்பதில் தான் பலருக்கு ஆனந்தம். 'யார் கலந்துகொள்ளப் போகிறவர்கள்?' என்று நோட்டமிட்டவாறு பல விலங்குகள் முன்வராமல் நின்றன.

"ஓட்டப் பந்தயத்திற்குக் கடைசி அழைப்பு. போட்டியாளர்கள் முன் வருக!" என்று மீண்டும் அழைத்தது குரங்கு. ஒருவரும் முன்வரக் காணோம்.

கடைசியில் ஒரு ஆமை "நான் வருகிறேன்!" என்று தத்தக்கா பித்தக்கா என்று மெல்ல நடந்து பந்தயத்திடலுக்கு வந்தது.

எல்லா மிருகங்களும் அதன் நடையைப் பார்த்துக் கேலியாய்ச் சிரித்தன.

"ஆமையே ஓட்டப்பந்தயத்தில் கலந்துகொள்ளும் போது நாம் என்ன மட்டமா?" என்று ஒரு முயல் நினைத்தது. "இதோ ஆமையுடன் போட்டி போட நான் வருகிறேன்!" என்று வீரப்பிரதாபத்துடன் போட்டித் திடலுக்குக் குதித்து ஓடிவந்தது அந்தக் குட்டி முயல்.

"சரி, வேறு யாரும் வரவில்லையா? அப்படியானால், போட்டியைத் தொடங்குகிறேன்!" என்று அறிவித்தது குரங்கு.

"முடியாது! நான் சம்மதிக்க முடியாது! இந்தப் போட்டியில் நியாயம் இல்லை" என்று ஆட்சேபம் தெரிவித்தார் நடுவர் சிறுத்தையார்.

"இதில் என்ன ஆட்சேபம் உங்களுக்கு?" என்று குரங்கு கேட்டது.

"நடக்க முடியாத ஆமைக்கு முயல் போட்டியா? இது என்ன நியாயம்?" என்று சிறுத்தையார் கேட்டார்.

"ஆமையே ஒத்துக் கொண்டது. இடையில் நீர் என்ன?" என்று முயல் இடைமறித்துச் சொன்னது.

“நான் தான் போட்டிக்கு நடுவர். சரி நிகரானவர்களுக்கு இடையேதான் போட்டி நிகழ வேண்டும். ஆமைக்கும் இன்னோர் ஆமைக்கும், முயலுக்கும் இன்னொரு முயலுக்கும் போட்டி நடத்தலாம். யாருமே முன் வராத போது முன் வந்தது ஆமை! போட்டியில் கலந்து கொள்ள வேண்டும் என்ற அந்தத் துணிச்சலைப் பாராட்டுகிறேன். எனவே, இந்த ஓட்டப் பந்தயத்தில் ஆமையே வெற்றி பெற்றது என்று தீர்ப்பளிக்கிறேன்” என்று தீர்ப்புச் சொன்னார் சிறுத்தையார்.

ஓட்டப்பந்தயமே நடக்காமல் இப்படி ஒரு முடிவு சொன்னதை எல்லா விலங்குகளும் ஏகமனதாய் ஏற்றுக் கொண்டு ஆரவாரம் செய்தன.

போட்டியில் பங்குபெற முன்வர வேண்டும். அந்த எண்ணமே வெற்றியின் அடிப்படை.

சொன்னவர்: வெ. மு. ஷாஜகான்கனி

6

தோல்பை தண்ணீர்

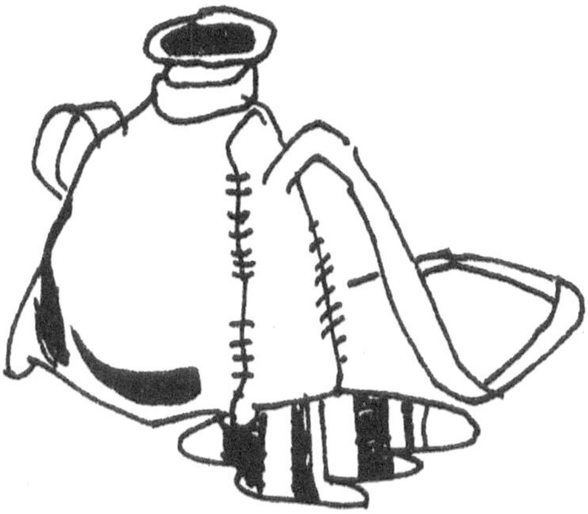

ஒரு காலத்தில் அரேபியாவில் அல்காசிம் என்பவன் வசித்து வந்தான். அவன் மிகவும் ஏழை. அரேபியாவின் மன்னர் கலீபா ஏழைகளுக்குப் பல உதவிகள் செய்வதாகக் கேள்விப்பட்டான்.

அவரைக்கண்டு அவரிடம் உதவி கேட்கப் புறப்பட்டான் அல்காசிம்.

வழி எல்லாம் பாலைவனம். மனித நடமாட்டமே இல்லாத மணல் பரப்பு. நல்ல காற்று கூட அடிக்கவில்லை.

சூடு பறக்கும் மணலில் நடையோ நடை என்று அவன் நடந்தான்.

கால்கள் களைத்தன. தொண்டை வறண்டது. ஓர் அடி கூட நடக்க முடியாமல் அவன் திணறினான்.

கைவசமிருந்த உணவும் குடிநீரும் தீர்ந்து போய் மூன்று நாட்கள் ஆயின.

சற்று தூரம் சிரமத்தோடு நடந்ததும் அதிர்ஷ்டம் போல ஒரு நீர் ஊற்று தென்பட்டது. அதைக் கண்டதும் அவன் மகிழ்ச்சி அடைந்தான்.

தேவைப்பட்ட அளவு வாரிவாரிக் குடித்தான். அந்த நீரின் சுவை அதிக இனிப்பாக இருந்தது.

சற்று ஓய்வு எடுத்தபின் தன் கையில் இருந்த தோல்பையில் நிறைய நீர் நிரப்பினான்.

சிலநாட்கள் பயணம் தொடர்ந்தது. விரைவிலேயே அவன் கலீபாவின் அரண்மனையை அடைந்தான். அங்கே அவன் போன போது நிறைய பேர் நிற்பதைக் கண்டான்.

எல்லாரிடமும் கலீபாவுக்கு ஏதோ ஒரு காணிக்கைப் பொருள் இருந்தது. ஒவ்வொருவராக அதை கலீபாவின் முன் வைப்பதை அல்காசிம் பார்த்தான்.

ஏழையான தன்னிடம் கலீபாவுக்கு வழங்க ஒரு காணிக்கைப் பொருளும் இல்லையே என்று அவனுக்கு மிகுந்த வருத்தம்.

சட்டென்று கையிலிருந்த தோல்பை ஞாபகம் வந்தது. அதைக் கலீபாவுக்குக் காணிக்கையாக வழங்க முடிவு செய்தான். அதை அவர் காலடியில் வைத்தான்.

வியர்த்துக் களைத்திருந்த அல்காசிமைப் பார்த்ததும் கலீபாவுக்குக் கருணை தோன்றியது.

தன் முன்னால் இருந்த தோல்பையை மன்னர் எடுத்தார். அதில் இருந்த தண்ணீரை ஒரு கோப்பையில் ஊற்றிக் குடித்தார்.

பிறகு அல்காசிமின் கையை அவர் பிடித்துக் கொண்டார்.

“என்ன இனிமையான தண்ணீர்! இந்தத் தூய்மையான நீர் என்னையும் தூய்மை ஆக்கி இருக்கிறது. இந்தப் பரிசு விலை மதிக்க முடியாதது” என்று மன்னர் கூறினார்.

கை நிறையத் தங்கக் காசுகளை அள்ளி அவனுக்குக் கொடுத்தார்.

அரண்மனையில் இருந்தவர்கள் எல்லோருக்கும் ஒரே ஆச்சரியம். அந்த நீரைக் குடித்துப் பார்க்க ஓடி வந்தனர். கை நீட்டினர்.

மன்னர் “இல்லை, இதில் இருந்து ஒரு துளி நீரைக் கூட நான் யாருக்கும் தரப்போவது இல்லை. இது எனக்கு மட்டும் உரியது” என்று கண்டிப்பாக மறுத்துவிட்டார்.

அவரது பிடிவாதம் எல்லோருக்கும் பயம் அளித்தது. அன்று தான் முதன்முதல் அவர்மீது சிறு வெறுப்பு தோன்றியது.

தான் கொண்டுவந்த தண்ணீரின் மகிமை அல்காசிமுக்கு திருப்தி தந்தது. கலீபாவை வணங்கி அவன் வீடு திரும்பினான்.

அவன் போனதும் கலீபா எல்லாரையும் அருகே அழைத்தார்.

“பிரியம் உள்ளவர்களே. உங்களுக்கு நான் தண்ணீர் கொடுக்காததற்குக் காரணம் சுயநலம் அல்ல. இது தோல் பையில் இருந்ததால் ஒரு நாற்றம் வீசுகிறது. நான் இந்தத் தண்ணீரை உங்களுக்குக் கொடுத்து இருந்தால் நீங்கள் வாய் விட்டு அதைச் சொல்லி இருப்பீர்கள். அந்த ஏழை மனிதரின் உள்ளம் அதைத் தாங்குமா?” என்று கூறினார்.

கலீபா பேசப்பேச அவையினர் ஒருவரை ஒருவர் பார்த்துக் கொண்டனர்.

“பாருங்கள், அவர் இப்போது எவ்வளவு மகிழ்ச்சியாகப் போகிறார். அற்பமான விஷயம்தான் என்றாலும் ஒரே ஒருவருக்கு, மகிழ்ச்சி தர நாம் முயற்சிக்க வேண்டும் அல்லவா?” என்று அவர்களிடம் கேட்டார்.

அவர்மீது தோன்றிய வெறுப்பிற்காக அனைவரும் வருந்தினர்.

சொன்னவர்: எம்.எஸ்.பி. முருகேசன்

7
வாடைக் காற்றும் சூரியனும்

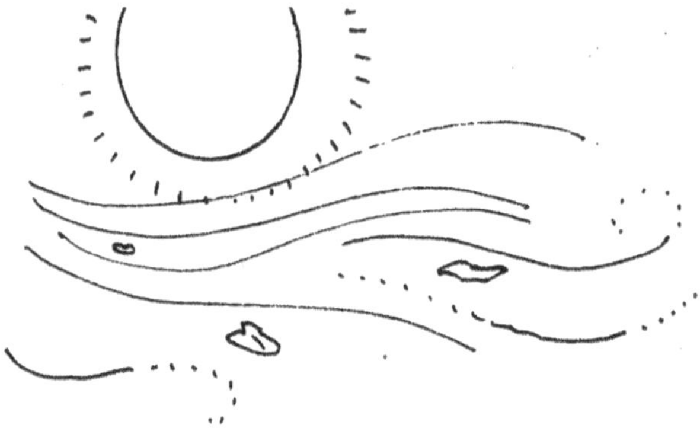

ஒரு நாள் சூரியனுக்கும் வாடைக் காற்றுக்கும் பெரிய வாக்குவாதம் வந்துவிட்டது.

இருவரில் யார் பலசாலி?

இது தான் சச்சரவு. இருவரும் வெகுநேரம் வாதாடிப் பார்த்தார்கள். முடிவுக்கு வர இயலவில்லை.

அப்போது சாலையில் குதிரை மீது ஒரு பயணி வந்து கொண்டிருந்தான். அவனைப் பார்த்ததுமே இருவரும் ஒரு தீர்மானத்துக்கு வந்தனர்.

"இதோ வருகிறவனிடம் நம் பலத்தைச் சோதித்துப் பார்க்கலாம். யார் பலத்தால் அவன் திணறுகிறானோ, அவர் தான் பலசாலி" என்றது வாடைக்காற்று.

இரண்டு பேரும் ஒப்புக் கொண்டனர்.

"இதோ பார், அவன் மேலே போட்டிருக்கிற ஆடையை நான் ஒரே விநாடியில் கிழித்து விடுகிறேன்" என்றது வாடைக்காற்று.

எவ்வளவு வேகமாக அடிக்க முடியுமோ அவ்வளவு வேகமாக அவனது மேலங்கியின் மீது அடித்தது காற்று.

வாடைக் காற்று மேலும் மேலும் வேகமாக அடிக்க அடிக்க அந்தப் பயணி தன் மேலங்கியை நன்றாக இறுக்கிக் கட்டிக் கொண்டான்.

பருவநிலை மோசமானதைக் குறித்து திட்டிக்கொண்டே அவன் சவாரியைத் தொடர்ந்தான். வாடைக்காற்றுக்குக் கடுமையான கோபம். சூறாவளியாக மாறியது. மழையையும் பனிக்கட்டிகளையும் அவன் மீது பெய்ய வைத்தது.

காற்றை வாய்க்கு வந்தபடி அவன் திட்டினான். மேலங்கியை ஒரு கச்சையால் இறுக்கிக் கட்டியவாறு மேலும் தன் சவாரியைத் தொடர்ந்தான்.

சூரியன் வாடைக் காற்றைப் பார்த்து ஏளனமாகச் சிரித்தது.

“ஏன் சிரிக்கிறாய்? உன்னால் முடிந்தால் அவன் மேல் அங்கியைக் கழற்றி விடேன் பார்க்கலாம்” என்று காற்று சவால் விட்டது.

சூரியன் ஒன்றும் சொல்லாமல் புன்னகை செய்தது. பின்பு மேக மூட்டத்திலிருந்து தன் வெதுவெதுப்பான கிரணங்களை அவன் மீது அனுப்பியது.

முழுக்க நனைந்து விட்டதால் குளிரில் உதறிக் கொண்டிருந்த பயணி சூரியனை நிமிர்ந்து பார்த்தான்.

"நீ வாழ்க" என்று சூரியனை வாழ்த்தினான். குதிரையை நிறுத்திக் கீழே இறங்கினான்.

கச்சை போட்டுக் கட்டியிருந்த மேல் அங்கியை அவிழ்த்தான். ஒரு மரத்தின் மீது காயப் போட்டான். சீக்கிரத்திலேயே அது உலர்ந்தது.

பயணி மீண்டும் சூரியனைப் பார்த்துப் புன்னகை செய்தான். வாழ்த்தினான்.

மேலங்கியைச் சுருட்டி மடித்தான், குதிரைச்சேணத்தில் தொங்கிய தோல்பைக்குள் அதை வைத்தான்.

உற்சாகமாக சீழ்க்கை அடித்துக் கொண்டே பயணத்தைத் தொடர்ந்தான்.

சூரியன் வாடைக்காற்றைப் பார்த்து "அன்பும் பிரியமும் கோபத்தை விடப் பெரியவை" என்றது. வாடைக்காற்றுக்கு வெட்கமாகப் போயிற்று.

சொன்னவர்: எம்.எஸ்.பி. முருகேசன்

8
பேசாத மரங்கள்

ஒரு காலத்தில் மரங்கள் எல்லாம் பேசிக்கொண்டிருந்தன. அப்போது ஒரு நாள் ஒரு விறகு வெட்டி கோடாலியுடன் காட்டிற்குப் போனான்.

வெகுதூரம் சென்றதும் ஒரு தேக்கு மரத்தைப் பார்த்தான். கோடாலியால் ஓங்கி வெட்டத் தொடங்கினான்.

"நிறுத்து, இன்னும் என் பட்டைகள் முதிரவில்லை" என்றது தேக்கு மரம்.

விறகு வெட்டிக்கு "ஐயோ பாவம்" என்று ஆகிவிட்டது. அதைவிட்டு விட்டு ஒரு நாகமரத்திடம் போனான். அதை வெட்டத் தொடங்கினான்.

"நில்லு... நில்லு... என் கிளையில் உட்கார்ந்து ஒரு வானம்பாடி பாட்டுப் பாடிக்கொண்டு இருக்கிறது. நீ என்னை வெட்டினால் அது பறந்து போய்விடும்" என்றது.

அவனுக்கு "ஐயோ பாவம்" என்றாகிவிட்டது. அதை விட்டுவிட்டு அவன் ஒரு புங்க மரத்திடம் சென்று அதை வெட்டத் தொடங்கினான்.

"நில். நான் கோடை காலத்திலும், குளிர் காலத்திலும் பசுமையாக இருக்கிறேன். எல்லோருக்கும் நிழல் தருகிறேன்.

நான் இல்லை என்றால் காடு காடாக இருக்காது'' என்று கூறியது.

விறகு வெட்டி எல்லா மரங்களையும் பார்த்து வருத்தப்பட்டு விட்டு வீடு திரும்பினான்.

வரும் வழியில் ஒரு குள்ளமான தாத்தா எதிரில் வந்தார். அவர் கையில் ஒரு தங்கக்கோல் இருந்தது.

அவர் விறகு வெட்டியை நெருங்கி "நான் தான் காட்டின் தந்தை. என் குழந்தைகளை எல்லாம் நீ வெட்டாமல் காப்பாற்றினாய். நன்றி! இந்தா இந்த மந்திரக்கோலை வைத்துக்கொள். நீ என்ன கேட்டாலும் இது கொடுக்கும். ஆனால் ஒரே ஒரு நிபந்தனை'' என்றார்.

"என்ன?'' என்று விறகு வெட்டி கேட்டான்.

"அளவுக்கு மீறி ஏதாவது கொடுக்கச் சொல்லிக் கேட்காதே'' என்றார் தாத்தா.

"சரி'' என்று விறகுவெட்டி மந்திரக்கோலை வாங்கிக் கொண்டான். மகிழ்ச்சியோடு வீடு திரும்பினான்.

அருகில் ஒரு கரையான் புற்று இருந்தது. அதன் மீது மந்திரக்கோலை மூன்று முறை சுற்றிவிட்டு "எனக்கு ஒரு மாட்டுத்தொழுவம் வேண்டும்'' என்றான்.

அடுத்த நாள் காலையில் அவன் வீட்டிற்கு எதிரில் புற்றில் இருந்த எறும்புகள் கட்டிய மாட்டுத் தொழுவம் காணப்பட்டது.

இப்படியே சிலந்திகள் அவனுக்கு துணி நெய்தன. மண் புழுக்கள் நிலம் உழுதன. எறும்புகள் விதைத்தன. எலிகள் அறுவடை செய்து கொடுத்தன.

மரங்கள் அவனுக்குப் பழம் கொடுத்தன. தேனீக்கள் அவன் வீட்டு மொந்தையில் தேனைக்கொண்டு வந்து சேர்த்தன.

இரும்புச்சட்டி அவனுக்கு சாப்பாடு தயார் செய்தது. இப்படி அவன் காலம் மகிழ்ச்சியாக ஓடியது.

அவனது சந்ததி வளர்ந்தது. பிள்ளைகள், பேரப் பிள்ளைகள் என்று ஒருவரிடம் இருந்து ஒருவருக்கு மந்திரக்கோல் கைமாறிக் கொண்டே வந்தது.

விறகு வெட்டியிடம் குள்ளத்தாத்தா சொன்ன நிபந்தனையை எவரும் மறக்கவில்லை. யாரும் அளவுக்கு மீறி மந்திரக் கோலிடம் எதையும் கேட்கவில்லை.

கடைசியில் ஒரு முட்டாள் கைக்கு அந்த மந்திரக்கோல் வந்து சேர்ந்தது.

அப்போது கடுமையான குளிர்காலம். அந்த முட்டாள் குளிரில் நடுங்கினான்.

குளிரைப் போக்க ஒரு கம்பளிப் போர்வையோ, கணப்பு நெருப்போ போதும். அதை அவன் கேட்டிருக்கலாம்.

அதற்குப்பதில் வானத்தை நோக்கி மூன்று முறை மந்திரக்கோலைச் சுழற்றினான்.

“சூரியனே, நீ இறங்கி வந்து என் முதுகைக் கொஞ்சம் சூடுபடுத்து” என்றான்.

சூரியன் அதிக வெப்பமுள்ள கிரணங்களை பூமிக்கு அனுப்பியது. அவனது பண்ணையே தீப்பிடித்து எரிந்தது. மந்திரக்கோல் முற்றிலும் உருகிவிட்டது.

மரங்கள் எல்லாம் பயந்து போய் வாய் அடைத்துவிட்டன. அவைகளுக்கு பேச்சே மறந்துவிட்டது. அன்றிலிருந்து தான் மரங்கள் பேசுவதில்லை.

9
நடப்பதெல்லாம் நம் நன்மைக்கே...

ஓர் அரசனிடம் பணியாற்றி வந்தார் ஒரு மந்திரி.

அவர் நல்ல அறிவும் அனுபவமும் உடையவர். என்ன நடந்தாலும் பதட்டம் அடைய மாட்டார். ‘எல்லாம் நன்மைக்கே’ என்று அமைதியாகச் சொல்வார். யார்மேலும் குற்றம் சொல்லமாட்டார்.

நல்லது, கெட்டது எது நடந்தாலும். ‘அது நம் நன்மைக்கே’ என்று சொல்வது அவருடைய வழக்கம்.

ஒரு நாள், அரசன் கத்திச்சண்டைப் பயிற்சி செய்து கொண்டிருந்தான்.

நெடுநேரம் பயிற்சி செய்து களைத்துப் போய்விட்டான். அப்போது, கவனக்குறைவாகக் கத்தியைச் சுழற்றினான். அதனால் கத்தி கைதவறி விழுந்தபோது அவனது இடது கைச் சுண்டு விரலில் பட்டு, விரல் துண்டாகிவிட்டது.

சுண்டுவிரல் வெட்டுப்பட்ட இடத்திலிருந்து நிறைய இரத்தம் கொட்டியது. மருத்துவர்கள் வந்து இரத்தத்தை நிறுத்தி, காயத்தில் மருந்து வைத்துக் கட்டினார்கள்.

வலி தாங்கமுடியாமல் அரசன் துடித்துக் கொண்டிருந்தான்.

அரசனுக்கு ஏற்பட்ட விபத்தைக் கேட்டதும் மந்திரி அங்கே வந்தார்.

படுக்கையில் ஓய்வு எடுத்துக்கொண்டிருந்த அரசனைப் பார்த்தார் அவர்.

அரசன், விபத்து நடந்த விவரத்தைச் சொன்னான். சுண்டு விரல் துண்டாகி விழுந்து விட்டதையும் சொன்னான்.

அரசனுக்குத் தேறுதல் சொன்னார் மந்திரி.

"அரசே! எல்லாம் நமது நன்மைக்கே நடைபெறுகிறது என்று நினைத்து ஆறுதல் அடைய வேண்டும்" என்று வழக்கம்போல் சொன்னார் அவர்.

அரசனுக்குக் கோபம் உண்டாகிவிட்டது.

அவன், முழுச்சுண்டு விரலையும் இழந்துவிட்டுப் படுக்கையில் வலியோடு கிடக்கிறான்... மந்திரியோ 'எல்லாம் நமது நன்மைக்கே' என்று தத்துவம் பேசுகிறார்... அறிவு இல்லாமல், இப்படி உளறுகிறாரே?...

அரசனுக்கு அடக்கமுடியாத ஆத்திரம் ஏற்பட்டது.

"இந்த மந்திரியைச் சிறையில் அடையுங்கள். என் விரலை இழந்தது எனது நன்மைக்கே என்று நிரூபணம் ஆகும் வரை,

அவர் சிறையில் கிடக்கட்டும்...'' என்று கட்டளையிட்டான் அரசன்.

வீரர்கள் மந்திரியைக் கைது செய்தார்கள். சிறைச் சாலைக்கு அழைத்துச் சென்றார்கள்.

அப்போதும் மந்திரி பதட்டம் அடையவில்லை.

"இதுவும் நமது நன்மைக்கே...'' என்று அரசனிடம் சொல்லிவிட்டுச் சிறைக்குச் சென்றார் அவர்...

இரண்டு மாதங்கள் சென்றன.

அரசனுடைய புண் ஆறிவிட்டது. மறுபடியும் அரச காரியங்களில் ஈடுபட்டான் அவன்.

ஒரு நாள் தன் படைவீரர்களோடு வேட்டையாடப் புறப்பட்டான். காட்டுக்குள் நெடுநேரம் வேட்டையாடி எல்லோரும் களைத்துப் போய்விட்டார்கள்.

ஒரு புலியை விரட்டிச் சென்ற அரசன் மிக வேகமாகச் சென்றான். அதனால் மற்றவர்கள் அவனைப் பின் தொடர்ந்து செல்ல முடியவில்லை.

சிறிது நேரத்தில், அரசன் நடுக்காட்டுக்குள் தனியாகச் சிக்கிக் கொண்டு விட்டான். படைவீரர்களில் ஒருவன்கூட பக்கத்தில் இல்லை. மற்றவர்கள் வெகுதூரம் பின்தங்கி விட்டார்கள்.

சுற்றிலும் மரங்கள், கொடிகள் அடர்ந்த காடு. அதிலிருந்து விடுபட்டு வெளியே வர எந்தப் பாதையும் தெரியவில்லை .

வெளியேறும் பாதையைத் தேடித் தேடி வெகுநேரம் அலைந்து கொண்டிருந்தான் அரசன். எந்தப் பாதையும் தெரியவில்லை.

திகைத்துப்போய் களைப்புடன் உட்கார்ந்து விட்டான் அவன்.

திடீரென்று அங்கே, ஒரு காட்டுமிராண்டிகளின் கூட்டம் வந்தது.

கருப்பான, பலம் பொருந்திய முரடர்கள் அந்தக் கூட்டத்தில் இருந்தார்கள். அவர்கள் பேசிய மொழி அரசனுக்குப் புரியவில்லை. ஏதோ கூச்சலிட்டுக்கொண்டே வந்தார்கள் அவர்கள்.

தனியே இருந்த அரசனைக் கண்டதும் அந்தக் காட்டு மிராண்டிகள் மகிழ்ச்சியில் கூவிக்குதித்து அவனைச் சூழ்ந்து கொண்டார்கள்.

வேட்டையிலும் அலைச்சலிலும் களைத்துப் போயிருந்தான் அரசன். தனிமனிதனாக அவர்களோடு சண்டையிட்டுத் தப்பிக்க முடியவில்லை.

அவர்கள் அவனது கைகால்களைக் கட்டி, தங்கள் கோயிலுக்குத் தூக்கிச்சென்றார்கள். கோயிலில் அவனைப் பலி கொடுக்க ஏற்பாடுகள் நடக்கத் தொடங்கின.

தெய்வத்திற்குப் பலி கொடுக்கும் முன்பாக, முறைப்படி அவனைக் குளிப்பாட்டினார்கள். அப்போது, அந்தத் தெய்வத்தின் பூசாரி, அரசனுக்குச் சுண்டு விரல் இல்லை என்பதைக் கவனித்துவிட்டான்.

உடம்பில் குறையுள்ள மனிதனைத் தெய்வத்திற்குப் பலியிடமாட்டார்கள் அந்தக் காட்டுமிராண்டிகள். ஆகையால் அவர்கள் அரசனை விடுதலை செய்து, காட்டுக்கு வெளியே கொண்டுபோய் விட்டார்கள்.

உயிர்தப்பிய அரசன், தன் அரண்மனைக்குத் திரும்பி வந்தான்.

உடனே, சிறையிலிருந்த மந்திரியை விடுதலை செய்து அழைத்து வரக்கட்டளையிட்டான்.

தான் காட்டில் தனியே சிக்கிக்கொண்டது, காட்டுமிராண்டிகள் அவனைப் பலியிட ஏற்பாடு செய்தது. சுண்டுவிரல் இல்லாத குறையால் அவனை விட்டுவிட்டது எல்லாவற்றையும் மந்திரியிடம் சொன்னான் அரசன்.

“மந்திரி! நீங்கள் சொன்னபடி என் சுண்டுவிரல் வெட்டுப்பட்டது எனக்கு நன்மையாகவே முடிந்தது. ஆனால் நான் உங்களைச் சிறையில் அடைத்தபோது, எல்லாம் நம் நன்மைக்கே என்று சொன்னீர்களே, நீங்கள் சிறையில் அடைபட்டது. உங்கள் நன்மைக்கா?” என்று கேட்டான் அரசன்.

“ஆம், அரசே! அது என் நன்மைக்குத்தான்... நான் சிறையில் அடைக்கப்படாவிட்டால், வேட்டைக்குச் சென்ற உங்களோடு நானும் வந்திருப்பேன். நீங்கள் எவ்வளவு வேகமாகச் சென்றிருந்தாலும், நான் உங்களைத் தொடர்ந்து வந்திருப்பேன். இரண்டு பேரும் நடுக்காட்டில் காட்டுமிராண்டிகளிடம் சிக்கியிருப்போம். உங்களுக்கு உடம்பிலே குறை இருந்ததால், பலியிடத் தகுதியில்லை என்று விட்டு விடுவார்கள். ஆனால் என் உடம்பிலே எந்தக் குறையும் இல்லாததால், என்னைப் பலியிட்டிருப்பார்கள். ஆகையால் நான் உயிர் பிழைத்தது. இங்கே சிறையில் இருந்ததால் தானே?” என்றார் மந்திரி

10
ஆளை விழுங்கும் பூதம்

அன்று முருகனுக்கும் வேலனுக்கும் வேலை எதுவும் கிடைக்கவில்லை.

அவர்களுடைய மனைவிமார்கள் வயலுக்கு களை எடுக்கப் போய்விட்டார்கள். பிள்ளைகள் பள்ளிக்குச் சென்றிருந்தார்கள். வீட்டிலே சும்மா இருக்க, அவர்களுக்குப் பிடிக்கவில்லை.

"முருகா! இன்றைக்கு நமக்கு வயற்காட்டிலே வேலை எதுவும் இல்லை... காட்டுக்குப் போய் விறகு வெட்டிக் கொண்டு வரலாமா?" என்று கேட்டான் வேலன்.

முருகனும் வேலனும் பக்கத்துப் பக்கத்து வீட்டுக்காரர்கள். இருவரும் தினக்கூலிக்கு வேலை செய்யும் தொழிலாளிகள். பல ஆண்டுகளாக நண்பர்களாகப் பழகி வருபவர்கள், இருவரும் சேர்ந்தே வேலைக்குப் போவார்கள்.

"சரி போவோம்..." என்று முருகனும் புறப்பட்டான்.

இருவரும் அரிவாள்களை எடுத்துக்கொண்டு, பக்கத்துக் காட்டுக்குள் போனார்கள்.

சிறுசிறு கம்புகளாக வெட்டிச் சேர்த்தார்கள். தலையில் சுமக்கக்கூடிய அளவுக்கு விறகு சேரும் வரை வெட்டிக் கொண்டிருந்தார்கள்.

அப்போது காட்டுக்குள் இருந்து ஒரு சாமியார் ஓடி வந்தார்.

"அய்யோ!.... ஆளை விழுங்கும் பூதம் அங்கே இருக்கிறது..." என்று கூவிக்கொண்டே வந்தார்.

முருகனும் வேலனும் சாமியாரை மறித்து நிறுத்தினார்கள்.

"சாமி! ஆளை விழுங்கும் பூதமா?... பட்டப்பகலில் பூதமாவது, பேயாவது?" என்று சிரித்தார்கள் அவர்கள்.

அவர்களுக்கு பூதம், பேய், பிசாசு ஆகியவற்றில் நம்பிக்கையில்லை. அவற்றுக்கெல்லாம் பயப்படாத தைரிய சாலிகள் அவர்கள்.

"பூதம்தான்!... மனிதர்கள் சாவுக்குக் காரணமாகும் பூதம்தான் அது... அதோ, அந்தப் புதரில் இருக்கிறது..." என்று கையை நீட்டிக் காட்டிவிட்டு ஓடினார் அந்தச் சாமியார்.

அவர் காட்டிய திசையில் முருகனும் வேலனும் நடந்து புறப்பட்டார்கள். கையில் அரிவாளை ஓங்கிக்கொண்டு பூதத்தை வெட்டவேண்டும் என்ற எண்ணத்துடன் நடந்தார்கள். ஒவ்வொரு புதரையும் கூர்ந்து பார்த்தபடி சென்றார்கள்.

சிறிது தூரத்தில் ஒரு புதரிலே ஒரு செப்புக்குடம் இருந்தது.

அதை வெளியில் எடுத்தார்கள் அவர்கள். ரொம்பக் கனமாக இருந்தது; குடத்தின் மூடியைத் திறந்து பார்த்தார்கள்.

உள்ளே, நிறையத் தங்கக் காசுகள் இருந்தன! திகைத்துப்போய் நின்றார்கள் முருகனும் வேலனும். யாரோ இந்தப் புதையலை எடுத்து வந்து இங்கே ஒளித்து வைத்திருக்கிறார்கள் போலிருக்கிறது...

"சாமியார், இந்தப் புதையலைப் பார்த்துவிட்டு, பூதம் என்று பயந்து ஓடினாரே, சரியான முட்டாள் சாமியார்!" என்று இருவரும் சிரித்தார்கள்.

உள்ளே இருந்த தங்கக்காசுகளை வெளியே எடுத்து எண்ணிப் பார்த்தார்கள்.

ஆயிரம் தங்கக்காசுகள் இருந்தன.

"முருகா! நம் தரித்திரம் இன்றோடு முடிந்துவிட்டது. இந்தத் தங்கக் காசுகளை ஆளுக்குப் பாதி எடுத்துக்கொள்வோம்..." என்றான் வேலன்.

"ஆமாம்... இது யாருக்கும் தெரிய வேண்டாம்... இந்தப் பகல் நேரத்திலே இதை எடுத்துக்கொண்டு ஊருக்குள் போனால், யாருக்காவது தெரிந்து போய்விடும். அப்புறம், கிராம அதிகாரி வந்து நம்மைப் பிடித்துக்கொண்டு போய், புதையலை அரசாங்கத்திடம் கொடுத்து விடுவார்..." என்றான் முருகன்.

"பகல் பூராவும் இங்கேயே இருந்துவிட்டு, இருட்டியதும் செப்புக்குடத்தை எடுத்துக்கொண்டு வீட்டுக்குப் போவோம். ஆளுக்குப் பாதி பிரித்துக்கொண்டு, இராத்திரியே குடும்பத்தோடு வேறு ஒரு நகரத்திற்குப் போய்விடுவோம். அங்கே பணக்காரர்களாய் வாழ்வோம்..." என்று யோசனை சொன்னான் வேலன்.

முருகனும் அந்த யோசனையை ஏற்றுக்கொண்டான்.

உச்சிப்பொழுது கடந்து போய்க்கொண்டிருந்தது. இருவருக்கும் பசி ஏற்பட்டது.

"முருகா! நான் இந்தக் குடத்தைப் பார்த்துக்கொள்கிறேன். நீ பக்கத்து நகரத்துக்குப் போய்ச் சாப்பிட்டு விட்டு, எனக்கு ஏதாவது சாப்பாடு வாங்கிக் கொண்டு வா! அதைச் சாப்பிட்டுவிட்டு, மாலை வரை இங்கே இருக்கலாம்" என்றான் வேலன்.

முருகன் ஒரு தங்கக் காசை எடுத்துக் கொண்டு, காட்டுக்கு அந்தப்பக்கம் உள்ள நகரத்தை நோக்கி நடந்தான்.

நடந்து போகும்போது, அவனுடைய மனதிற்குள் ஓர் எண்ணம் தோன்றியது.

ஆயிரம் தங்கக் காசுகளையும் நானே எடுத்துக்கொண்டால் என்ன? வேலனுக்கு ஏன் பங்கு கொடுக்க வேண்டும்? அவன் பாடுபட்டுச் சம்பாதித்த பணமா அது?... இந்தப் புதையல் விஷயம் எங்களுக்கு மட்டும் தான் தெரியும். வேலனைக் காட்டிலேயே கொன்று போட்டுவிட்டு, செப்புக் குடத்தை நானே எடுத்துக்கொண்டு ஊருக்குப் போய், இராத்திரியே குடும்பத்துடன் வேறு ஒரு நகரத்துக்குப் போய்விட்டால் என்ன? என்று யோசித்தான் முருகன்.

அப்படியே செய்வது என்று முடிவு செய்தான் அவன்

நகரத்துக்குப் போனதும் ஒரு பெரிய உணவு விடுதியில் வயிறு நிறையச் சாப்பிட்டான். அங்கேயே வேலனுக்குச் சாப்பாடு வாங்கி ஒரு பொட்டலமாகக் கட்டிக்கொண்டான்.

இன்னொரு கடையிலே, உயிரைக் கொல்லும் விஷம் வாங்கிக் கொண்டான்.

காட்டுக்குள் நுழைந்ததும் சாப்பாட்டுப் பொட்டலத்தைப் பிரித்தான். அதிலே விஷத்தைப் பரவலாகக் கலந்தான். மறுபடியும் அதைப் பொட்டலமாகக் கட்டினான். வேலன் இருக்கும் இடத்தை நோக்கி நடந்தான்.

காட்டுக்குள்ளே தனியாக இருந்த வேலன், முருகன் நகரத்துக்குப் புறப்பட்டுப் போனதும், செப்புக்குடத்தைக் கூர்மையாகப் பார்த்தபடி உட்கார்ந்திருந்தான்.

அவனுடைய மனதிற்குள் ஓர் எண்ணம் தோன்றியது.

''ஆயிரம் தங்கக் காசுகளையும் நானே எடுத்துக் கொண்டால் என்ன? முருகனுக்கு ஏன் பங்கு கொடுக்க வேண்டும்? அவன் பாடுபட்டுச் சம்பாதித்த பணமா அது?... இந்தப் புதையல் விஷயம் எங்களுக்கு மட்டும் தான் தெரியும். முருகனைக் காட்டிலேயே கொன்று போட்டுவிட்டு, செப்புக் குடத்தை நானே எடுத்துக்கொண்டு ஊருக்குப் போய், இராத்திரியே குடும்பத்துடன் வேறு ஒரு நகரத்துக்குப் போய்விட்டால் என்ன?'' என்று யோசித்தான் வேலன்.

அப்படியே செய்வது என்று முடிவு செய்தான் அவன்.

சிறிது நேரத்திலே அங்கே முருகன் வந்து சேர்ந்தான்.

"வேலா! நான் சாப்பிட்டுவிட்டேன். நீ இதைச் சாப்பிடு." என்று சொல்லி பொட்டலத்தை வைக்கக் கீழே குனிந்தான் அவன்.

சட்டென்று வேலன், பின்னால் மறைத்து வைத்திருந்த அரிவாளை எடுத்து, முருகனின் கழுத்தில் ஓங்கி வெட்டினான்.

துடிதுடித்து அங்கேயே இறந்து போனான் முருகன்.

அவனது உடலை இழுத்துப் புதரின் பக்கம் போட்டு விட்டு, மகிழ்ச்சியுடன் பொட்டலத்தைப் பிரித்துச் சாப்பிடத் தொடங்கினான் வேலன்.

சிறிது நேரத்தில்-

மறுபடியும் அந்தச் சாமியார், அந்தப்பக்கம் ஓடிவந்தார். பின்பக்கம், இரண்டு பிணங்கள் கிடப்பதைப் பார்த்தார்.

ஆயிரம் தங்கக்காசுகள் உள்ள செப்புக்குடம் பக்கத்திலேயே இருந்தது.

அதைப்பார்த்தபடி கூவினார், அவர்.

"அய்யோ!... ஆளை விழுங்கும் பூதம் இங்கே இருக்கிறது..." என்று சொல்லிக்கொண்டே ஓடினார். அந்தச் சாமியார்.

சொன்னவர்: அய்க்கண்

11

நல்லதே நினை, மனமே!

அந்தப்பாதை, பாலைவனம் மாதிரி வெப்பமாய் இருந்தது. அந்தக் காட்டுப் பாதையில் ஒருவன் நடந்து போய்க் கொண்டிருந்தான்.

கடுமையான வெயில் காய்ந்துகொண்டிருந்தது. அவன் நீண்ட நேரமாக அந்த வெட்டவெளிப்பொட்டலில் வேர்க்க விறு விறுக்க நடந்து கொண்டிருந்தான்.

களைத்துப் போனதால் அவனுக்குத் தாகம் எடுத்தது.

குடிக்கத் தண்ணீரே கண்ணில் படவில்லை. தங்குவதற்கும் ஒரு மர நிழல் கூட அங்கே இல்லை . மிகவும் களைத்துப்போய் தளர்ந்து நடந்து கொண்டிருந்தான்.

சிறிது நேரத்தில், கண் முன்னாலே ஒரு மரம் தென்பட்டது.

சற்றுத் தொலைவில் அந்தப் பெரிய மரம் தெரிந்தது. பச்சைப்பசேல் என்று அடர்ந்த இலைகளோடு கூடிய இலைகள் நிறைய அந்த மரத்தில் இருந்தன.

அந்த மரத்தைப் பார்த்ததும், அவனுக்கு உற்சாகம் ஏற்ட்டது. வேகமாக ஓடிப்போய் அந்த மரத்தின் கீழ் நின்றான்.

குளிர்ச்சியான நிழல் அவனுக்கு மகிழ்ச்சியளித்தது. மரத்தின் நிழலிலே உட்கார்ந்து ஓய்வெடுத்துக் கொண்டான்

சிறிது நேரம் ஓய்வெடுத்ததும், வெயிலால் ஏற்பட்ட சோர்வு நீங்கியது. மறுபடியும் தாகம் அதிகமாகியது. அப்போது அவன் மனதிற்குள் ஓர் எண்ணம் தோன்றியது.

‘இந்த நேரத்தில் ஒரு செம்பு நிறையத் தண்ணீர் இங்கே இருந்தால் எவ்வளவு நன்றாயிருக்கும்?’ என்று நினைத்தான் அவன்.

அந்த நிழலில் அந்த நினைப்பே ஒரு சுகமாக இருந்தது அவனுக்கு. திடீரென்று அவன் முன்னால் ஒரு செம்பு நிறையத் தண்ணீர் தோன்றியது!

அவனுக்கு ஆச்சரியமாயிருந்தது.

அவன் நினைத்தபடியே, எப்படித் தண்ணீர் அங்கே வந்தது?

ஆவலுடன் அந்தத் தண்ணீரை எடுத்துக் குடித்தான். குளிர்ச்சியான அந்தத் தண்ணீர் அவனுடைய தாகத்தைத் தணித்தது.

அவன் உட்கார்ந்திருந்த மரம், சாதாரண மரம் அல்ல. நினைத்ததை எல்லாம் கொடுக்கக்கூடிய கற்பக மரம் அது.

இந்த விஷயம் அவனுக்குத் தெரியாது.

அவனுடைய தாகம் தீர்ந்ததும், பசி ஏற்பட்டது.

அந்தக் காட்டுப் பகுதியில் சாப்பாடு எங்கே கிடைக்கும்? இருந்தாலும், வேடிக்கையாக நினைத்துப் பார்த்தான்.

''இப்போது. சாப்பிட உணவு கிடைத்தால் எவ்வளவு நன்றாயிருக்கும்?'' என்று மனதிற்குள் நினைத்தான் அவன்.

உடனே, அவன் முன்னால் ஒரு பெரிய தட்டில் உணவு வந்துவிட்டது.

அருமையான சோறும், கறிவகைகளும், சாம்பார், ரசம், மோர், பாயசம் ஆகியவை நிறைந்த கிண்ணங்களும் இருந்தன.

ஆவலோடு. வயிறு நிறையச் சாப்பிட்டு முடித்தான் அவன். உண்ட மயக்கம் அவனுக்கு ஏற்பட்டது. தூங்க வேண்டும் போல் இருந்தது.

'இங்கே ஒரு கட்டிலும் மெத்தையும் இருந்தால் எவ்வளவு நன்றாக இருக்கும்?' என்று மனதிற்குள் நினைத்தான் அவன்.

உடனே அவன் முன்னால் ஓர் அழகிய கட்டில் தோன்றியது. அதன்மேல் வண்ணத் துணியில் தைக்கப்பட்ட இலவம்பஞ்சு மெத்தையும் தலையணைகளும் இருந்தன.

மெத்தையிலே படுத்துச் சுகமாகத் தூங்கினான் அவன். வெயிலில் நடந்த களைப்பில் அயர்ந்து தூங்கினான்.

சிறிது நேரத்தில் தூக்கம் முடிந்து எழுந்தான். எழுந்ததும், முகத்தைத் துடைத்துக்கொண்டு, தன்னையே பார்த்தான்.

அவனுடைய ஆடைகள், வியர்வையில் அழுக்காகிக் கசங்கிப் போயிருந்தன.

'இப்பொழுது ராஜா அணிவது மாதிரி, பட்டாடைகள் இருந்தால் எவ்வளவு நன்றாயிருக்கும்?' என்று மனதிற்குள் நினைத்தான்.

அடுத்த நொடியில் - அவனுடைய பழைய ஆடைகள் காணாமற் போய்விட்டன. புதிய பட்டுச் சட்டை, வேட்டி துண்டுகள் அவன் உடம்பில் காட்சியளித்தன.

"ராஜா மாதிரி உடைகள் கிடைத்துவிட்டன; ராஜா இருக்கின்ற மாதிரி, ஓர் அரண்மனை இப்போது எனக்குக் கிடைத்தால் எவ்வளவு நன்றாயிருக்கும்?" என்று மனதிற்குள் நினைத்தான் அவன்.

உடனே ஒரு பெரிய மாளிகை அங்கே தோன்றியது. உயரமான மதில்; உள்ளே அழகான முகப்பு, பல மாடிக் கட்டிடம், தர்பார் மண்டபம், அந்தப்புரம் எல்லாம் நிறைந் திருந்தது அந்த அரண்மனை.

ஆச்சரியத்தோடு, அரண்மனைக்குள் சுற்றி வந்தான் அவன்.

"இவ்வளவு பெரிய மாளிகையில் நான் தனியாக இருப்பதா? எனக்குத் துணையாக ஒரு பெண் இருந்தால் எவ்வளவு நன்றாக இருக்கும்?" என்று மனதிற்குள் நினைத்தான் அவன்.

உடனே, அவன் முன்னே ஓர் அழகிய பெண், சிரித்தபடி உட்கார்ந்திருந்தாள். அந்தப் பெண்ணை ஆச்சரியமாகப் பார்த்தபடி இருந்தான் அவன்.

"என்ன இது? நான் நினைத்ததெல்லாம் நடக்கிறதே? நான் இங்கே காண்பதெல்லாம் நிஜம்தானா? அல்லது கனவா? ஏதாவது மாய, மந்திரத்தில் இதெல்லாம் நடக்கிறதா? ஒரு வேளை, திடீரென்று இந்தப் பெண் மாயப்பூதமாக மாறி என்னை விழுங்கிவிடுவாளோ?..." என்று அவன் மனதிற்குள் நினைத்தான்.

உடனே, அவன் நினைத்தபடியே, அந்தப் பெண் பூதமாக மாறி அவனை விழுங்கிவிட்டாள்!

சொன்னவர்: அய்க்கண்

12

சாமியாரா? மாமரமா?

ஒரு ஊரில் ஒரு பெரிய மாமரம் இருந்தது. ஒவ்வொரு வருடமும் மே மாதத்தில் நிறையக் காய்க்கும். அந்த மரத்தின் மாம்பழங்கள் மிகவும் ருசியாக இருக்கும். எனவே சிறுவர்கள் பள்ளி இல்லாத நாளில் அங்கு கூடி விடுவார்கள். அந்த மரத்தில் கல்லெறிந்து பழங்களை அடிப்பார்கள். அந்த மரமும் அத்தனை கல்லடியையும் தாங்கிக் கொண்டு அவர்களுக்குப் பழங்களைத் தந்தது. சிறுவர்களும் சுவையான மாம்பழங்களைத் தின்று மகிழ்வர்.

இந்த வருடமும் அந்த மாமரம் ஏராளமாகக் காய்த்தது. பழுத்த பழங்கள் நிறையத் தொங்கிக் கொண்டிருந்தன.

சிறுவர்களுக்கு மிகவும் கொண்டாட்டம் ஏராளமான சிறுவர்கள் கூடிவிட்டனர். போட்டி போட்டுக் கொண்டு கல்லால் பழங்களைக் குறிபார்த்து அடித்தனர். கீழே விழுந்த பழங்களைத் தின்று மகிழ்ந்தனர்.

மரத்தின் உச்சியில் ஒரு பெரிய மாம்பழம் இருந்தது. இரண்டு பெரிய பையன்கள் அதைக் கண்டுவிட்டனர். எப்படியாவது அதை அடித்து விழச் செய்ய வேண்டும் என்று ஆசைப்பட்டனர்.

தொடர்ந்து பலமுறை கற்களை வீசினர். அந்தப் பழம் தப்பித்துக் கொண்டே இருந்தது.

ஆனாலும் அவர்கள் முயற்சியைக் கைவிடவில்லை. கடைசியாக ஒரு கூரான கல்லை எடுத்தான் ஒருவன். மிகவும் கஷ்டப்பட்டுப் பலமாக வீசி எறிந்தான்.

சரியான அடி. குறி தவறாமல் பட்டதால் அந்தப் பெரிய மாம்பழம் கீழே விழுந்துவிட்டது.

ஆனால் மாம்பழத்தை அடித்த அந்தக் கல் மரத்தின் பின்னால் சற்று தூரம் சென்றது. அங்கிருந்த ஒரு சாமியாரின் குடிசைக்குள் போய் விழுந்தது.

அங்கிருந்த சாமியாரின் தலையில் அடித்துப் பலத்த காயத்தை ஏற்படுத்திவிட்டது. இரத்தம் கொட்டியது. காயத்தைக் கையால் மூடியபடியே சாமியார் வெளியே வந்தார்.

சாமியாருக்கு மிகவும் கோபம் வந்து விட்டது. கல்லெறிந்த பையன்களைப் பிடித்து அடித்து உதைத்து விடுவது என்ற முடிவோடு அவர்களைத் தேடிக் கொண்டு வந்தார்.

சாமியார் இரத்தக் காயத்தோடு கோபமாக வருவதைப் பயர்த்ததும் சிறுவர்கள் அனைவரும் ஓடிவிட்டனர். அந்த பெரிய பையன்கள் இரண்டு பேர் மட்டும் மரத்தடியில் பயத்தோடு ஒளிந்து கொண்டிருந்தனர்.

மாமரத்தின் அருகில் வந்த சாமியாருக்கு ஒளிந்து கொண்டிருந்த பையன்கள் பேசிக் கொள்வது காதில் விழுந்தது. கவனமாகக் கேட்டார்.

"ஏண்டா, சாமியார் நம்மை அடித்து விடுவாரா? அல்லது சாபம் கொடுத்து விடுவாரா?" என்று பயத்தோடு கேட்டான் ஒரு பையன்.

அதற்கு மற்றொருவன் "டேய்! மனிதரைவிட மரம் அறிவுள்ளதில்லை. அறிவில்லாத மரமே நம்ப கல்லடியைத் தாங்கிக் கொண்டு அன்போடு பழங்களைத் தருகிறது. அப்படியிருக்க அறிவிலும் பொறுமையிலும் உயர்ந்த சாமியாரா நம்மீது கோபிப்பார்?" என்றான்.

பையன்கள் பேசிக்கொண்டதைக் கேட்ட சாமியார் சத்தமில்லாமல் தன் குடிசைக்குத் திரும்பிச் சென்றார்.

சொன்னவர்: கா. செங்கோட்டையன்

13

வெள்ளை யானை

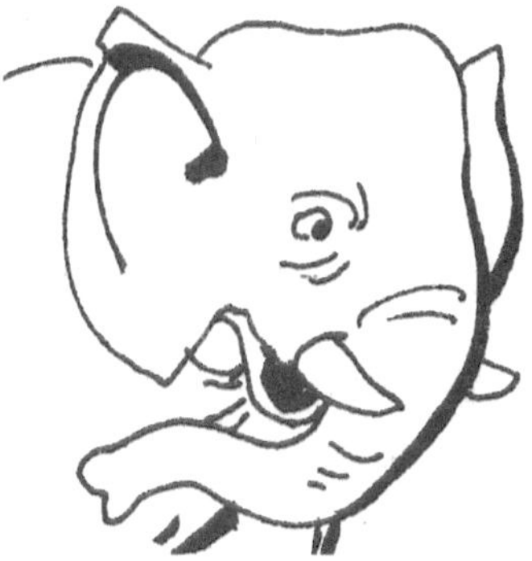

ஒரு காட்டில் ஒரு யானை வசித்து வந்தது. அது கூட்டத்தோடு கூட்டமாக வாழப் பிடிக்காமல் தனியே வசித்தது.

அதற்கு முக்கியக் காரணம், எல்லா யானைகளும் கறுப்பாக இருப்பதுதான். இந்தக் கூட்டத்தில் பிறந்ததால் தானே தன்னையும் கடவுள் கறுப்பாகப் படைத்து விட்டார் என்று அதற்கு ஒரே வருத்தம்.

“நீங்கள் ஏன் வெள்ளையாக இல்லை?” என்று அது தன் பெற்றோரைக் கேட்டது.

“அது கடவுள் விருப்பம். நமக்குத்தான் அவர் வெள்ளை வெளேர் என்று தந்தங்களைக் கொடுத்திருக்கிறாரே” என்று அவை கூறின.

அந்தப் பதில் அதற்குப் பிடிக்கவில்லை. பெற்றோரை விட்டு அது விலகிக் காட்டில் அங்கும் இங்கும் திரிந்தது.

அது வழக்கமான ஒரு காட்டாற்றின் கரையில் நீர் குடிக்கும். அப்படி ஒரு நாள் குடிக்கும் போது வெள்ளை வெளேரென்று ஒரு முயல் குதித்து ஓடியது.

யானைக்கு அதை மிகவும் பிடித்துவிட்டது. "முயலே, கொஞ்சம் நில்லேன்" என்று கூறவும் முயல் நின்றது.

"என்ன வேண்டும்?" என்று முயல் கேட்டது.

"நீ எப்படி இவ்வளவு வெள்ளையாக இருக்கிறாய்?" என்று யானை முயலைக் கேட்டது.

முயலுக்கு லேசான கர்வம் பிறந்தது.

"ஓ, அது பெரிய கதை" என்று அலட்சியமாகக் கூறியது. "கதையா, சொல்லு சொல்லு" என்று யானை கேட்டது.

"முன்காலத்தில் என் பரம்பரையில் சில முன்னோர் சந்திரலோகம் போய் வந்தார்கள். அதனால்தான் நாங்கள் வெள்ளையானோம்" என்றது முயல்.

"எனக்கும் உன் மாதிரி வெள்ளையாக ஆசை; வழி உண்டா?" என்று யானை கேட்டது.

"ஓ உண்டு. நான் வழி சொல்கிறேன்! நீ எனக்கு என்ன தருவாய்?" என்று யானையிடம் முயல் கேட்டது.

"நீ கேட்கிறதை எல்லாம் கொடுக்கிறேன்" என்று யானை சொன்னது.

"நான் உன் முதுகில் ஏறிக்கொண்டு காட்டில் சவாரி போகவேண்டும்" என்று முயல் கூறியது.

“சரி ஏறு. நான் ஓட்டமாக ஓடுவேன். அப்போது நீ விழுந்துவிடாமல் இருக்க என் காதைப் பிடித்துக்கொள்” என்று கூறி யானை படுத்தது.

முயல், யானை முதுகில் ஏறி கம்பீரமாக அமர்ந்தது. யானை ஓடத் துவங்கியது. முயலுக்குச் சிரமமாக இருந்தது என்றாலும் யானைச் சவாரியை இழக்க மனசில்லை.

காட்டில் வெகு தூரம் சென்றதும் ஒரு குகை தென்பட்டது.

அதன் எதிரே நிற்கச் சொல்லி முயல் கட்டளை இட்டது. யானை நின்று மண்டியிட்டது.

கீழே குதித்து முயல் இறங்கியது. குகையைக் காட்டி “இந்தக் குகைக்கு உள்ளே ஒரு முனிவர் தவம் செய்கிறார். மாதத்திற்கு ஒரு முறை அவர் வெளியே வருவார். எப்போது வருவார் என்று சொல்ல முடியாது. அவர் வரும்போது காலில் விழுந்து சந்திரலோகம் போய்வர வேண்டும் என்று கேள். அவர் வரம் தருவார். நீ சந்திரலோகம் போய் வந்ததும் வெள்ளையாகி விடலாம்” - என்று கூறிவிட்டு ஓட்டம் பிடித்தது.

ஒரு மாத காலம் யானை குகை வாசலில் காத்திருந்தது. ஒரு நாள் முனிவர் வெளியே வந்தார்.

சட்டென்று அவர் காலில் விழுந்து தன் மனக் குறையையும் ஆசையையும் கூறியது.

“யானையே, கறுப்பாக இருப்பதில் எவ்வளவோ பாதுகாப்பு உண்டு” என்று அவர் புத்தி சொன்னார்.

யானை கேட்டதே தவிர மீண்டும் மீண்டும் “சுவாமி! எனக்கு வெள்ளையாகத்தான் ஆசை” என்றது.

முனிவர் சிரித்து விட்டு அதற்குச் சந்திரலோகம் செல்லும் மந்திரத்தைக் கூறினார்.

அன்று இரவே யானை சந்திரலோகம் சென்றது.

திரும்பி வரும்போது அதன் உடல் பால் போல வெள்ளை வெளேர் என்று மாறிவிட்டது... அதற்கு ஒரே பெருமை.

காடெல்லாம் கம்பீரமாகப் பிளிறிக் கொண்டு திரிந்தது.

யானைக் கூட்டத்திடம் போய், தான் சந்திரலோகம் சென்று வெள்ளையாகி வந்ததைப் பெருமை அடித்துக் கொண்டது. அவை ஒன்றும் பேசவில்லை.

திடீரென்று காட்டிற்கு யானை வேட்டைக்காரர்கள் வந்தனர். யானைகளை வேட்டையாட அலைந்து திரிந்தனர்.

யானைகளுக்கு அது தெரிந்து போயிற்று. அவை பாறைகளின் பின்னே பதுங்கிக் கொண்டன. பாறைகளின் கறுப்பு நிறம் அதற்கு பாதுகாப்பு ஆயிற்று.

வெள்ளை யானை காட்டில் பதறி அங்கும் இங்கும் ஓடியது.

“வெள்ளை யானை... வெள்ளை யானை” என்று கத்திக் கொண்டே அவர்கள் துரத்தினர். யானை பிடிக்க வெட்டியிருந்த குழியை நோக்கி அதை விரட்டினர்.

ஓடிய யானை அதில் விழுந்து விட்டது.

யானையைக் குழியில் இருந்து மீட்டுவரப் பழகிய யானையைத் தேடி அவர்கள் சென்றனர்.

அந்தச் சமயத்தில் அந்த யானையின் கூட்டம் வந்து வெள்ளை யானையைக் குழியில் இருந்து மீட்டது; காட்டுக்குக் கூட்டிச் சென்றது.

யானை மீண்டும் முனிவர் வசித்த குகையை நோக்கி ஓடியது. மீண்டும் தன்னைக் கறுப்பாக்கி விடுமாறு கேட்டது. அவர் வரத்தால் மறுபடியும் அது கறுப்பாயிற்று.

சொன்னவர்: எம்.எஸ்.பி. முருகேசன்

14
ஆந்தை ஏன் கூடு கட்டவில்லை?

ஆற்றங்கரையின் ஓரத்தில் ஓர் ஆந்தை வசித்து வந்தது. ஒரு நாகமரத்தின் கிளையில் இனிமையான காலைப் பொழுதில் அது ஆனந்தமாகத் தூங்கி வழிந்தது.

அப்போது பல வண்ணமுள்ள ஒரு மரங்கொத்தி அங்கே வந்தது. தன் நீண்ட அலகால் அது மரத்தைக் கொத்தத் தொடங்கியது.

அந்த ஓசை கேட்டு ஆந்தையின் அரைத் தூக்கம் கலைந்தது. ஒரு கண்ணைத் திறந்து பார்த்தது. உடனே அதற்குக் கோபம் வந்தது.

தன் இறக்கையை அடித்துக் கொண்டு அது கூச்சலிட்டது.

“ஏய். இங்கே என்ன செய்கிறாய்?” என்று மரங்கொத்தியைக் கேட்டது.

“நான் சாப்பிட்டுக் கொண்டிருக்கிறேன். எனக்குப் பசி” என்றது மரங்கொத்தி “இங்கிருந்து உடனடியாக வெளியேறு! வேறு இடம் பார்த்துக்கொள். நீ என் ஆனந்தத்தைக் குலைக்கிறாய்” என்றது ஆந்தை “ஓய் தூங்குமூஞ்சி” என்று கத்தி விட்டு அதனோடு எதற்கு வீண் தகராறு என்று மரங்கொத்தி பறந்து சென்று விட்டது.

அதை ஒரு குயில் பார்த்துக் கொண்டிருந்தது.

“கூவ்... கூவ். இந்த மகிழ்ச்சிகரமான காலைப் பொழுதில் யாருக்காவது தூக்கம் வரலாமா?” என்று சிரித்தது.

ஓடையில் நீர் கொப்புளித்துச் சென்றது. மரங்களில் இலைகள் சலசலத்தன. தங்க மயமான சூரிய வெளிச்சத்தில் பசும்புல் மினுமினுத்தது.

இங்கே ஒருவருக்கு எப்படித் தூங்க முடிகிறது என்று குயிலுக்கு ஆச்சரியம். மேலும் அதைத் தூங்க விடக் கூடாது என்று குயில் இடைவிடாது கூவிற்று.

குயில் ஓசை ஆந்தையின் தூக்கத்தைக் கலைத்தது. வேறு இடம் தேட அது முடிவு செய்தது. ஓடையின் மேல் வளைந்து தொங்கிய ஒரு புதரை நோக்கிப் பறந்தது.

அங்கே போய் கண்ணை மூடியது தான் தாமதம் - ஏதோ ஒலி. சரசரவென்று ஒரு சத்தம்.

ஆந்தை மெல்லக் கண் திறந்தது.

ஒரு தூக்கணாங்குருவி கூடு கட்டிக் கொண்டிருந்தது. அங்கும் இங்கும் ஓடித் திரிந்து ஏதோ சத்தை சருகுகளைப் பொறுக்கி வந்தது. இடைவிடாமல் அது கூட்டைக் கட்டிக் கொண்டே இருந்தது.

களைப்பில்லாமல் வேலை செய்கிற அதையே பார்த்தது ஆந்தை.

“ஊகூம்... இது என்னை லேசில் தூங்க விடப் போவதில்லை” என்ற முடிவுக்கு வந்தது.

எழுந்து பறக்கத் தொடங்கியது.

சற்று தூரத்தில் ஒரு மொட்டைப்பாறை தெரிந்தது.

“இங்கு யாரும் வர மாட்டார்கள்” என்று சொல்லிக் கொண்டே அதன் மீது போய் உட்கார்ந்தது. தூங்கத் தொடங்கிற்று.

அந்தப் பாறையில் ஒரு பெரிய வெடிப்பு இருந்தது. அந்த வெடிப்பில் ஒரு தேன் கூடு காணப்பட்டது. அதில் மலைத் தேனீக்கள் ஓயாமல் ரீங்காரம் செய்தன. அவை உள்ளே வருவதும் வெளியே போவதுமாக இருந்தன.

“சரி, இந்த இடமும் சரிப்படாது” என்று ஆந்தை எழுந்து ஒரு புல்வெளியை நோக்கிப் பறந்தது.

அங்கே வெட்டுக்கிளிகளும், தும்பிகளும் வானம் பாடிகளும் கூட்டம் கூட்டமாகப் பறந்து கொண்டிருந்தன. அவை அடிக்கடி சத்தம் போட்டன.

“இதென்ன பெரிய தொல்லை! எனக்கென்று ஒரு கூடு வேண்டும். அப்போதுதான் நிம்மதியாகத் தூங்கலாம். என்னால் முடியாதா என்ன? ஒரு தூக்கணாங் குருவியை விட நான் இளைத்து விட்டேனா” என்று ஆந்தைக்கு ஒரு வேகம் வந்தது.

அது இடத்திற்கு இடம் அலைந்து ஒரு பனை மரத்தின் மீது உட்கார்ந்தது. அதற்குள் ஆந்தைக்கு களைப்பு வந்து விட்டது.

“இங்கே கொஞ்சம் நிம்மதியாக இருக்கிறது! இப்போது தூங்கி விடுவோம்; நாளைக்கு ஒரு கூடு கட்டி விட வேண்டும்” என்று சொல்லிக் கொண்டே அது தூங்கி விட்டது.

இப்படியே ஒவ்வொரு நாளும் அது அலைந்து கொண்டே இருந்தது. ‘நாளைக்குக் கூடு கட்டி விடுவோம்; நாளைக்கு’ என்று நாள் தள்ளிக் கொண்டே வந்தது.

ஒவ்வொரு நாளும் அதன் நோக்கம் வசதியாகத் தூங்க இடம் தேடுவது. அப்புறம் தூங்கும் போது நாளைக்கு வீடு கட்டி விட வேண்டும் என்று சொல்வது.

இப்போதும் கூட ஆந்தை நாளைத் தள்ளிப் போட்டுக் கொண்டே தான் இருக்கிறது.

அதனால்தான் ஆந்தைக்கு சொந்தக் கூடு என்பதே இன்றுவரை இல்லை.

சொன்னவர்: எம்.எஸ்.பி. முருகேசன்

15

எது சிறந்த வீடு?

ஒரு காட்டில் மலை அணில் ஒன்று வசித்து வந்தது. ஒரு நாள் கொஞ்சம் தண்ணீர் குடிக்க நீரோடைக்கு வந்தது.

குடித்து விட்டு நிமிர்ந்தது. எதிர்க்கரையில் ஒரு கரடி தண்ணீர் குடித்துக் கொண்டிருப்பதைப் பார்த்தது.

கரடியைப் பார்த்து "சுகமா?" என்று நலம் விசாரித்தது.

கரடி, அணிலைப் பார்த்து "பையா, சுகம் தான். வாழ்க்கை ஓடுகிறது." என்றது.

அணில் "ஏன் சலிப்பாகச் சொல்கிறீர்கள்?" என்று கேட்டது.

"என் வீடு ரொம்பச் சின்னது. புரண்டு படுத்தால் சுவர் உரசுகிறது" என்றது.

உடனே அணில் "என் கஷ்டம் வேறு மாதிரி. மழை பெய்து நான் வசிக்கும் பொந்தில் மண் எல்லாம் அடித்துக் கொண்டு போய் விட்டது. பொந்து பெரிதாகி குளிர் எடுக்கிறது."

அதைக் கேட்ட கரடி "இது என்ன விஷயம்? என் குடிசை மட்டும் அவ்வளவு பெரிதாய் இருந்தால் நான் சந்தோசமாய் இருப்பேன்" என்றது.

உடனே அணில் "ஒன்று செய்வோம். நாம் இடம் மாற்றிக்

கொள்வோம். உங்கள் குடிசை எனக்கு. என் பொந்து உங்களுக்கு” என்று கூறியது.

கரடிக்கும் மகிழ்ச்சி. “அப்படியே செய்வோம். நீ இடத்தைக் காட்டு” என்றது.

சற்று தூரத்தில் தெரிந்த குன்றை நோக்கி அணில் போயிற்று. கரடி நீரோடையைக் கடந்து மேலே ஏறி வந்தது. அணில் துள்ளிக் குதித்தவாறு ஓடிற்று.

வழியிலேயே கரடி வசிக்கும் குடிசை வந்தது.

“இது தான் குடிசை. பார்த்துக்கொள்” என்று கரடி கூறியது.

“சரி... நேரே போனால் என் பொந்து வரும்” என்றது அணில். கரடியும் போய்விட்டது. அணில் கரடியின் குடிசைக்குள் நுழைந்தது. ஒரு மூலையில் இருந்து இன்னொரு மூலைக்கு ஓடியது.

தலையைத் தூக்கி அண்ணாந்து பார்த்தது. வாலின் மீது உட்கார்ந்தது.

திடீரென்று கண்ணீர் விட்டு அழத் தொடங்கியது.

இவ்வளவு பெரிய குடிசையில் நான் மட்டும் ஒண்டியாய் எப்படி இருப்பேன். நரி உள்ளே நுழைந்து என்னைத் தின்று விடுமே; காக்கை பறந்து வந்து என்னைக் கொத்துமே. காற்று அடித்தால் என் கதி என்ன என்று நினைத்து அழுகை வந்தது அதற்கு.

அழுதது... அழுதது அப்படி அழுதது.

கொஞ்ச நேரத்தில் யாரோ வரும் ஓசை கேட்டு நிமிர்ந்து பார்த்தது. கரடி தான் வந்தது.

கண்ணைத் துடைத்துக் கொண்டு அணில் வெளியே வந்தது.

கரடி, அணிலைப் பார்த்து "இதோ பார். உன் பொந்துக் குள்ளே என்னால் நுழையவே முடியவில்லை. முன்பக்கமாகப் போய்ப் பார்த்தேன். பின்பக்கமாகப் போய்ப் பார்த்தேன். ஊஹும்... ஒன்றும் நடக்கவில்லை" என்றது.

அணில் கரடியைப் பார்த்து "மூக்கை முதலில் நுழைத்துக் கொண்டு போக வேண்டும்" என்றது.

"எல்லாம் பார்த்தேன். மூக்கே நுழையவில்லையே" என்று கரடி கூறியது.

அணில் "அப்படியா... இருக்க முடியாதே... எனக்கு அந்த வளையிலே எவ்வளவு இடம் இருந்தது. உலாவக்கூட உலாவுவேன்..ம்ம். எங்கே உங்கள் மூக்கைக் கொஞ்சம் அளக்கிறேன்" என்று கரடியை நெருங்கியது.

அணில், கரடியின் மூக்கை நெருங்கியதும் "அடேயப்பா... நான் எவ்வளவு சிறியவனாய் விட்டேன்" என்றது.

கரடியும் உடனே பதில் சொன்னது.

"நானும் எவ்வளவு பெரியவனாய் மாறி விட்டேன் சரி, இப்போது என்ன செய்யலாம்?" என்று அணிலைக் கேட்டது.

"மறுபடி மாற்றிக் கொள்ளலாம். என் பொந்து எனக்கு. உங்கள் குடிசை உங்களுக்கு" என்று அணில் கூறியது.

கரடி தன் குடிசைக்குத் திரும்பிற்று. அணில் - தன் வளைக்குப் போயிற்று.

இப்போது இருவருக்கும் பரம திருப்தி. தங்கள் வீட்டைப் பற்றி அப்புறம் அவர்கள் குறை கூறுவதே இல்லை

16

பாத்திரம் போட்ட குட்டிகள்

ஓர் ஊரில் ஒரு பணக்கார வியாபாரி இருந்தான். அவன் மிகுந்த பேராசை உடையவன். தன்னிடம் இருக்கும் பணம் போதும் என்று அவன் திருப்தி அடைய வில்லை. மேலும் மேலும் பணம் சேர்க்கவேண்டும் என்று ஆசைப்பட்டான். பணம் சம்பாதிப்பதற்காகத் தவறான வழிகளிலும் அவன் முயற்சி செய்தான்.

அந்த ஊரிலே நிறையப் படித்தவன் ஒருவன் இருந்தான். அவன் நல்ல அறிவுடையவன். பேராசை கொண்ட வியா பாரிக்கு ஒரு பாடம் கற்பிக்கவேண்டும் என்று நினைத்தான்.

ஒரு நாள் அவன், வியாபாரியின் வீட்டுக்கு வந்தான்.

"என் வீட்டிலே ஒரு விசேஷம். அதற்காக விருந்து சமைக்க வேண்டும். விருந்தினர்கள் பலர் வருவார்கள். சமைப்பதற்கான பாத்திரங்களை நீங்கள் கொடுத்து உதவ வேண்டும்" என்று படிப்பாளி வியாபாரியிடம் கேட்டுக் கொண்டான்.

பாத்திரங்களைக் கொடுக்க வியாபாரிக்கு மனம் இல்லை.

'படிப்பாளி கேட்கிறானே? இல்லை என்று எப்படிச் சொல்வது?' என்று மனதுக்குள் நினைத்துக் கொண்டான்.

வேறு வழியில்லாமல், சமையல் பாத்திரங்களைக் கொடுக்க ஒப்புக் கொண்டான் வியாபாரி. கொடுத்த பாத்திரங்களை ஒரு பட்டியலில் எழுதிக் கொண்டான். பாத்திரங்களை வாங்கிக் கொண்டதற்கான ரசீதையும் படிப்பாளியிடமிருந்து வாங்கிக் கொண்டான்.

“பாத்திரங்களைப் பத்திரமாகப் பயன்படுத்த வேண்டும். விருந்து முடிந்ததும் உடனே திருப்பிக் கொண்டு வந்துவிட வேண்டும்” என்று சொன்னான் வியாபாரி.

எல்லா நிபந்தனைகளையும் ஏற்றுக் கொண்டான் படிப்பாளி. பாத்திரங்களைத் தன் வீட்டுக்கு எடுத்துச் சென்றான்.

மூன்றாம் நாள், படிப்பாளி சமையல் பாத்திரங்களை எடுத்துக் கொண்டு, வியாபாரியின் வீட்டுக்கு வந்தான்.

வியாபாரி, பட்டியல்படி பாத்திரங்களின் எண்ணிக்கை சரியாக உள்ளதா என்று பார்த்தான். அவன் கொடுத்த பாத்திரங்கள் எல்லாம் சரியாக இருந்தன. ஆனால், அவற்றோடு மேலும் சில சிறிய பாத்திரங்களும் அங்கே இருந்தன.

“இந்தச் சிறிய பாத்திரங்கள் எப்படி இங்கே வந்தன?” என்று வியாபாரி கேட்டான்.

"என் வீட்டில் இருக்கும்போது உங்களுடைய பெரிய பாத்திரங்கள் போட்ட குட்டிகள் தான் இந்தச் சிறிய பாத்திரங்கள்" என்று படிப்பாளி சொன்னான்.

இதைக் கேட்டதும் வியாபாரி திகைத்துப் போனான்.

''பாத்திரங்கள் குட்டி போடுமா? மனிதர்கள், பிள்ளை பெறுவார்கள். விலங்குகள் குட்டி போடும். உயிர் இல்லாத பாத்திரங்கள் எப்படிக் குட்டி போடும்?'' என்று நினைத்துப் பார்த்தான் வியாபாரி.

''படிப்பாளி வேடிக்கையாக இதைச் சொல்லவில்லை. உண்மையாகவேதான் சொல்கிறான்'' என்பதைத் தெரிந்து கொண்டான் வியாபாரி.

''ஒரு முட்டாள் இப்படித் தானாகப் பாத்திரங்களைக் கொண்டுவந்து கொடுக்கிறானே? இதை ஏன் மறுக்க வேண்டும்? பேசாமல் வாங்கி வைத்துக் கொள்ளலாம்'' என்று தீர்மானித்தான் வியாபாரி.

தான் கொடுத்த பாத்திரங்களோடு, குட்டிப் பாத்திரங் களையும் வாங்கிக் கொண்டான் அவன்.

சில மாதங்கள் சென்றன. மறுபடியும் அந்தப் படிப்பாளி, வியாபாரியின் வீட்டுக்கு வந்தான்.

"என் வீட்டிலே ஒரு விசேஷம். அதற்காக விருந்து சமைக்க வேண்டும். சமைப்பதற்கான பாத்திரங்களை நீங்கள் கொடுத்து உதவவேண்டும்" என்று அவன் கேட்டுக் கொண்டான்.

இப்போது, வியாபாரி சிறிதும் தயங்கவில்லை. மகிழ்ச்சி யோடு அவன் கேட்ட பாத்திரங்களையெல்லாம் கொடுத்தான்.

"இந்தத் தடவையும் உங்கள் வீட்டிலே என் பாத்திரங்கள் நிறையக் குட்டிகள் போடும் என்று நம்புகிறேன்" என்று சொன்னான் வியாபாரி.

முன்பு போலவே, மூன்றாம் நாள் படிப்பாளி, சமையல் பாத்திரங்களைத் திருப்பிக் கொண்டு வந்தான்.

முன்பு போலவே பெரிய பாத்திரங்கள் போட்ட குட்டிகள் என்று சொல்லிச் சில சிறுபாத்திரங்களையும் கொண்டு வந்திருந்தான் அவன்.

அவனுடைய முட்டாள் தனத்தை நினைத்து மனதுக்குள் சிரித்துக் கொண்டான் வியாபாரி.

அந்தச் சிறு பாத்திரங்களையும் சேர்த்து வாங்கிக் கொண்டான் வியாபாரி.

இப்படியே. மூன்று தடவை நடந்தது.

ஒவ்வொரு தடவையும், பேராசைக்கார வியாபாரிக்கு அதிகமான பாத்திரங்கள் கிடைத்தன.

பின்பு ஒரு தடவை, படிப்பாளி வியாபாரியின் வீட்டுக்கு வந்தான்.

“என் வீட்டிலே ஒரு பெரிய விசேஷம். நிறையப் பேர் விருந்து சாப்பிட வருவார்கள். சமைப்பதற்கு நிறையப் பாத்திரங்கள் வேண்டும். தயவுசெய்து கொடுத்து உதவுங்கள்” என்று கேட்டுக் கொண்டான் அவன்.

“இந்தத் தடவை நிறையக் குட்டிப் பாத்திரங்கள் கிடைக்கும்” என்று நினைத்தான் வியாபாரி.

மகிழ்ச்சியாக, தன்னிடம் இருந்த பாத்திரங்கள் எல்லாவற்றையும் படிப்பாளியிடம் கொடுத்து அனுப்பினான்.

மூன்று நாட்கள் சென்றன.

படிப்பாளி, கண்கலங்க அழுதுகொண்டு, வியாபாரியின் வீட்டுக்குத் தனியாக வந்தான்.

வியாபாரி திகைப்புடன் அவனைப் பார்த்தான்.

“ஏன் அழுகிறீர்கள்? என்ன நடந்தது?” என்று கேட்டான் அவன்.

உடனே படிப்பாளி கேவிக்கேவி அழத் தொடங்கினான். வியாபாரி மேலும் திகைத்துப் போனான்.

“ஏன் இப்படி அழுகிறீர்கள்?... பாத்திரங்கள் எங்கே?” என்று கேட்டான் அவன்.

உடனே படிப்பாளி, அழுகையும் விம்மலுமாகக் கதறியபடி சொன்னான்:

“அய்யோ!... உங்களுடைய எல்லாப் பாத்திரங்களும் இறந்து போய்விட்டனவே!... என் வீட்டுக்கு வந்ததும், எல்லாவற்றுக்கும் விஷக்காய்ச்சல் வந்துவிட்டது. எவ்வளவோ

மருத்துவம் பார்த்தும் காப்பாற்ற முடியவில்லை. எல்லாப் பாத்திரங்களும் செத்துப் போய்விட்டன." என்று அழுதான் படிப்பாளி.

இதைக் கேட்டதும் வியாபாரிக்கு ஆத்திரம் வந்தது.

“என்ன உளறுகிறீர்கள்?.. பாத்திரங்களுக்கு எப்படி காய்ச்சல் வந்து சாகும்?” என்று கோபமாகக் கேட்டான் அவன் “உங்கள் பாத்திரங்கள், மற்ற பாத்திரங்கள் மாதிரி சாதாரணப் பாத்திரங்களா?... அதிசயப் பாத்திரங்கள் இல்லையா?... மூன்று நாட்களுக்குள் குட்டி போடுகின்ற உயிருள்ள பாத்திரங்கள் இல்லையா? உயிர் என்று இருந்தால் அது ஒரு நாளைக்குப் போகக்கூடியதுதானே?- இதுவரை என் வீட்டில் குட்டிகள் போட்ட உங்கள் பாத்திரங்கள் இப்போது காய்ச்சல் வந்து செத்துப்போய்விட்டன. என்ன செய்வது? அதனுடைய ஆயுள் அவ்வளவுதான்...” என்று படிப்பாளி நிதானமாகச் சொன்னான்.

வியாபாரி, எதுவும் பேசமுடியாமல் திகைத்துப்போய் நின்றான்.

சொன்னவர்: அய்க்கண்

17

தண்டனைக்குத் தப்பமுடியாது!

அந்தப் பலசரக்குக் கடைக்காரன் நெய் என்ற பெயரில் கலப்படம் செய்த மோசமான நெய்யை விற்று வந்தான்.

முதலில் அதைத் தெரிந்து கொள்ள முடியாத பொது மக்கள், அவனிடம் அந்த மோசமான நெய்யையே வாங்கிச் சாப்பிட்டு வந்தார்கள்.

கடைசியில் நெய்யின் தரம் மிகவும் மோசமாகிவிட்டது. கெட்ட நாற்றம் அடித்ததோடு, சாப்பிட்டவர்களுக்கு வயிற்றுக் கோளாறு ஏற்படத் தொடங்கியது.

உடனே மக்கள் அரசாங்க அதிகாரிகளிடம் முறை யிட்டார்கள்.

அதிகாரிகள் அந்தக் கடைக்காரனைக் கைது செய்தார்கள் நீதிபதியிடம் அவனை அழைத்துச் சென்றார்கள்.

வழக்கை விசாரித்தார் நீதிபதி. கடைக்காரன் குற்ற வாளியே என்று தீர்ப்பளித்தார். அவனுக்குத் தண்டனையாக மூன்று வகைகளைச் சொன்னார். அவற்றில் ஏதாவது ஒன்றை அவன் தேர்ந்தெடுத்துக் கொள்ளலாம் என்று சலுகை யளித்தார்.

அவன் விற்ற நெய்யில் ஒரு குவளையளவு அவன் குடிக்கவேண்டும் அல்லது நூறு சவுக்கடிகள் வாங்கிக் கொள்ள வேண்டும், அல்லது ஆயிரம் பொற்காசுகள் தண்டம் செலுத்த வேண்டும்.

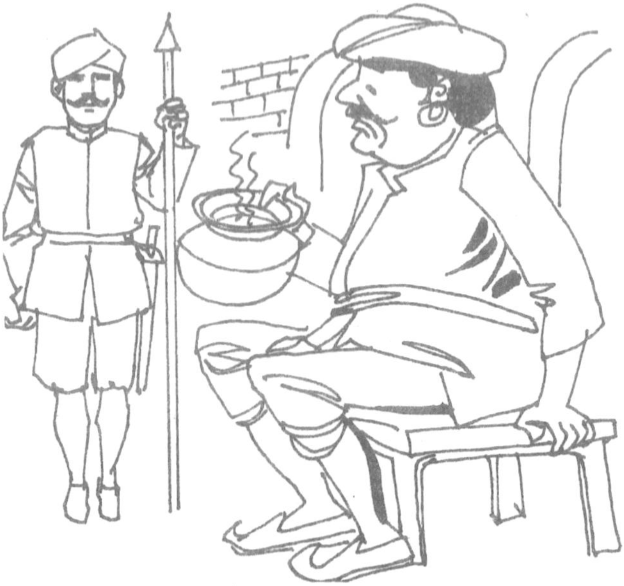

இவற்றில் ஏதாவது ஒரு தண்டனையை அவன் ஏற்றுக் கொள்ளலாம் என்று நீதிபதி கூறினார்.

கடைக்காரன் நன்றாக யோசித்துப் பார்த்தான்.

ஆயிரம் பொற்காசு தண்டம் செலுத்துவது என்பது அவனால் ஒப்புக் கொள்ள முடியாதது. ஏனென்றால் பணம் அவனுடைய உயிருக்கும் மேலானது.

சவுக்கடி வாங்குவது உடம்புக்கு வலி ஏற்படுத்தும். ஆகையால், தன் கடை நெய்யையே குடித்துவிடுவது என்று புத்திசாலித்தனமாக யோசித்து முடிவு செய்தான்.

"நீதிபதியவர்களே! நான் என் கடை நெய்யில் ஒரு குவளை குடிக்கிற தண்டனையைத் தேர்ந்தெடுத்துக் கொள்கிறேன்" என்று சொன்னான் அவன்.

"சரி அப்படியே செய்யுங்கள்!" என்று நீதிபதி சேவகர்களுக்குக் கட்டளையிட்டார்.

ஒரு குவளை நிறைய அவனுடைய கடையில் விற்ற நெய்யைக் கொண்டு வந்து அவனிடம் கொடுத்தார்கள் சேவகர்கள்.

அந்த நெய், மிகவும் துர்நாற்றம் வீசியது. ருசியும் சகிக்க முடியாததாய் இருந்தது.

ஆனாலும், மூக்கைப் பிடித்துக்கொண்டு, நெய்யைக் குடிக்கத் தொடங்கினான் கடைக்காரன்.

கொஞ்சங்கொஞ்சமாகக் கஷ்டப்பட்டு நெய்யைக் குடித்து விழுங்கிக் கொண்டிருந்தான்.

கடைசியில், எவ்வளவோ முயற்சி செய்தும், பாதிக்கு மேல், அந்த நெய்யைக் குடிக்கமுடியவில்லை.

வயிறு குமட்டிக்கொண்டு வந்தது. வாந்தி வந்து குடித்ததையும் வெளியே கொண்டுவந்துவிடும் போலிருந்தது.

அவன் முழுவதும் குடிக்கிறானா என்று இருபக்கமும் அரசாங்கச் சேவகர்கள் நின்று கவனித்துக் கொண்டிருந்தார்கள்.

அரைக் குவளைக்கு மேல் ஒரு சொட்டுக் கூட விழுங்க முடியாமல் திணறினான் கடைக்காரன்,

கடைசியில் நெய்க்குவளையைக் கீழே வைத்து விட்டான்.

"நீதிபதியவர்களே! என்னால் இனிமேல் இந்த நெய்யைக் குடிக்க முடியாது" என்று சொன்னான் அவன்.

"அப்படியானால், வேறொரு தண்டனையை நீயே தேர்ந்தெடுத்துக் கொள்..." என்றார் நீதிபதி.

மறுபடியும் புத்திசாலித்தனமாக யோசித்தான் கடைக்காரன்.

"சரி... நான் சவுக்கடி வாங்கிக் கொள்கிறேன்..." என்று ஒப்புக்கொண்டான் அவன்.

நீதிபதி, சேவகர்களைக் கூப்பிட்டார்.

"நெய்க்குவளையை எடுத்துவிடுங்கள். அதற்குப் பதிலாக சவுக்கு கொண்டு வந்து நூறு அடி கொடுங்கள்" என்று கட்டளையிட்டார்.

சேவகர்கள் அப்படியே செய்தார்கள். நெய்யை எடுத்து விட்டு, கையில் சவுக்குடன் நின்றார்கள்.

"சட்டையைக் கழற்றிவிட்டு நில்..." என்று கடைக்காரனிடம் சொன்னார்கள் சேவகர்கள்.

கடைக்காரன் சட்டையைக் கழற்றிவிட்டு நேரே நின்றான். சேவகர்கள், சவுக்கைச் சுழற்றி அவன் முதுகில் விழும்படி அடித்தார்கள்.

ஒவ்வொரு அடியும் அவன் முதுகில் பலமாக விழுந்து வலி ஏற்படுத்தியது. அடிகள் விழவிழ வலி அதிகமாகி தாங்க முடியாமல் கதறத் தொடங்கினான். எப்படியோ, ஐம்பது அடிகள் வரை தாக்குப் பிடித்து அவன் நின்றான். அதற்கு மேல் அவனால் வலி தாங்க முடியவில்லை.

முதுகு முழுவதும் வீங்கித் தடித்து ரத்தம் கசிந்து. சிவப்பாகிவிட்டது.

"நீதிபதியவர்களே! என்னால் இனிமேல் வலி தாங்க முடியாது... தயவு செய்து சவுக்கடியை நிறுத்தச் சொல்லுங்கள்... நீங்கள் சொன்னபடி ஆயிரம் பொற்காசுகள் தண்டம் செலுத்தி விடுகிறேன்..." என்று சொன்னான் கடைக்காரன்.

புத்திசாலித்தனமாகத் தீர்மானம் செய்துவிட்டதாக நினைத்த கடைக்காரன், கடைசியில், முட்டாள்தனமாக மூன்று தண்டனைகளுக்கும் ஆளாகிவிட்டான்!

சொன்னவர்: அய்க்கண்

18
சாப்பிடும் வேலை

ஒரு கணவனும் மனைவியும், அரசனுடைய அவைக்கு வந்தார்கள்.

அந்த அரசன் அன்பும் கருணையும் கொண்டவன். தன் குடிமக்களிடம் நிறைய பரிவு உடையவன். அவர்களுடைய கஷ்டங்களை உடனே நீக்குபவன். யார், என்ன உதவி கேட்டு வந்தாலும், உடனே அவர்களுக்கு உதவி செய்வான்.

தம்பதிகள் வந்து அரசனை வணங்கினார்கள்.

"உங்களுக்கு என்ன உதவி வேண்டும்?" என்று கேட்டான் அரசன்.

"அரசே! நாங்கள் மிகவும் ஏழைகள். எங்களுக்கு எந்தச் சொத்தும் கிடையாது. ஆகையால் நாங்கள் பிழைக்க ஏதாவது உதவி செய்ய வேண்டும்" என்று கணவனும் மனைவியும் கெஞ்சிக் கேட்டுக் கொண்டார்கள்.

அவர்களைப் பார்த்து இரக்கம் கொண்டான் அரசன்.

"உங்களுக்கு இரண்டு கறவை மாடுகள் கொடுக்கச் சொல்கிறேன். அவற்றில் பால் கறந்து விற்றுப் பணம் சம்பாதித்துக் கொள்ளுங்கள்." என்று சொன்னான் அரசன்.

தம்பதிகளுக்கு மிக்க மகிழ்ச்சி. அரசனுக்கு நன்றி கூறினார்கள். கறவை மாடுகளுடன் வீடு திரும்பினார்கள்.

ஒரு மாதம் கழிந்தது. மறுபடியும் அவர்கள் அரசரிடம் வந்தார்கள்.

“உங்களுக்கு என்ன உதவி வேண்டும்?” என்று கேட்டான் அரசன்

“அரசே! நாங்கள் பால் கறந்து சந்தைக்கு நடந்துபோய் விற்றுவிட்டுத் திரும்புவது மிகவும் கஷ்டமாக இருக்கிறது. ஆகையால் பாலை விற்றுப் பணம் கொண்டு வர நீங்கள் ஏதாவது உதவி செய்யவேண்டும்...” என்று தம்பதிகள் கெஞ்சிக் கேட்டுக் கொண்டார்கள்.

உடனே அரசன் தன் வேலைக்காரர்களில் ஒருவனைக் கூப்பிட்டான்.

“நீ தினசரி இவர்கள் வீட்டுக்குப் போ. பாலை வாங்கிக் கொண்டு சந்தைக்குப் போ. அங்கே பாலை விற்றுவிட்டுப் பணத்தை இவர்களிடம் கொடுத்துவிட்டு வா...” என்று கட்டளையிட்டான்.

தம்பதிகளுக்கு மிக்க மகிழ்ச்சி. அரசனுக்கு நன்றி கூறிவிட்டு, வீட்டுக்குத் திரும்பினார்கள்.

அரசாங்க வேலைக்காரன், தினசரி அவர்கள் வீட்டுக்குப் போய், கறந்த பாலை வாங்கிக் கொள்வான். அதைச் சந்தையிலே விற்பான். விற்ற பணத்தை அவர்களிடம் கொடுத்து விட்டுப் போவான்.

ஒரு மாதம் கழிந்தது. மறுபடியும் கணவனும் மனைவியும் அரசனிடம் வந்தார்கள்.

"உங்களுக்கு என்ன உதவி வேண்டும்?" என்று கேட்டான் அரசன்.

"அரசே! கறவை மாடுகளைக் கவனித்துக்கொள்வது எங்களுக்குக் கஷ்டமாக இருக்கிறது. மாடுகளைக் குளிப்பாட்டி புல், வைக்கோல் புண்ணாக்குக் கொடுத்துப் பால் கறப்பது கஷ்டமாக இருக்கிறது. இந்த வேலைகளைச் செய்ய யாராவது ஒருவனை அனுப்பிவைத்தால் மிகவும் உதவியாக இருக்கும்." என்று கெஞ்சிக் கேட்டுக் கொண்டார்கள் தம்பதிகள்.

உடனே அரசன், தன் வேலைக்காரர்களில் இன்னொருவனைக் கூப்பிட்டான். "நீ தினசரி இவர்கள் வீட்டுக்குப் போ.... அங்கேயுள்ள கறவை மாடுகளைக் குளிப்பாட்டித் தீவனம் கொடுத்துப் பால் கறந்து வைத்துவிட்டு வா..." என்று கட்டளையிட்டான்.

தம்பதிகளுக்கு மிக்க மகிழ்ச்சி. அரசனுக்கு நன்றி கூறிவிட்டு வீட்டுக்குத் திரும்பினார்கள்.

அன்று முதல் அந்த வேலைக்காரன் தினசரி அவர்கள் வீட்டுக்குப் போவான். கறவை மாடுகளைக் குளிப்பாட்டுவான். மாடுகளுக்குத் தீவனம் வைப்பான், பின்பு பாலைக் கறந்து பாத்திரத்தில் நிரப்பிவிட்டு அரண்மனைக்குத் திரும்புவான்.

ஒரு மாதம் கழிந்தது.

மறுபடியும் கணவனும் மனைவியும் அரசனிடம் வந்தார்கள்.

"உங்களுக்கு என்ன உதவி வேண்டும்?" என்று கேட்டான் அரசன்.

"அரசே! தினசரி எங்களுக்கான உணவு சமைத்துச் சாப்பிடக் கஷ்டமாயிருக்கிறது. எங்களுக்கு ஒரு சமையற்காரனை அனுப்பிவைத்தால் மிகவும் உதவியாக இருக்கும்." என்று கெஞ்சிக் கேட்டுக் கொண்டார்கள் தம்பதிகள்.

உடனே அரசன், தன் அரண்மனைச் சமையற்காரர்களில் ஒருவனைக் கூப்பிட்டான்.

"நீ தினசரி இவர்கள் வீட்டுக்குப் போ. இவர்களுக்கு உணவு சமைத்து வைத்துவிட்டு வா" என்று கட்டளையிட்டான்.

தம்பதிகளுக்கு மிக்க மகிழ்ச்சி. அரசனுக்கு நன்றி கூறிவிட்டு வீட்டுக்குத் திரும்பினார்கள்.

மறுநாள் சமையற்காரன் அவர்கள் வீட்டுக்கு வந்தான்.

மனைவி, அவனிடம் சமையல் அறையையும் சாமான்கள் இருக்கும் இடத்தையும் காட்டினாள். என்னென்ன சமைக்க வேண்டும் என்று கட்டளையிட்டாள்.

"பன்னிரண்டு மணிக்குச் சாப்பாடு தயாராக இருக்க வேண்டும்" என்று கண்டிப்பாகச் சொன்னான் கணவன்.

"சரி, அப்படியே செய்கிறேன்" என்று பணிவுடன் சொன்னான் சமையற்காரன்.

சரியாகப் பன்னிரண்டு மணிக்குக் கணவனும் மனைவியும், சாப்பிடச் சென்றார்கள்.

அங்கே, எல்லாம் தயாராக இருந்தன. இரண்டு இலை களில், சோறு கறி வகைகள் எல்லாம் பரிமாறப்பட்டிருந்தன. பக்கத்திலேயே நெய், பருப்பு, சாம்பார், ரசம், தயிர், பாயசம் எல்லாம் வைக்கப்பட்டிருந்தன.

சமையல் மணம், கமகம் என்று வீசியது. ஆவலுடன் தம்பதிகள் கை கழுவிவிட்டுச் சாப்பிட வந்தார்கள்.

அப்போது இரண்டு பலசாலியான ஆட்கள் ஓர் ஆணும் ஒரு பெண்ணும் சமையல் அறைக்குள் புகுந்த தம்பதிகளை முந்திக் கொண்டு இலைகளில் உட்கார்ந்தார்கள்.

சமையற்காரன். அந்த ஆட்களுக்குப் பரிமாறத் தொடங்கினான். அவர்கள் வாய்நிறைய சோறும் கறிகளுமாகச் சாப்பிட்டுக் கொண்டிருந்தார்கள்.

இதைப் பார்த்துக் கணவனும் மனைவியும் திடுக்கிட்டு நின்றார்கள்.

"யார் நீங்கள்? எங்கள் சாப்பாட்டை நீங்கள் ஏன் சாப்பிடுகிறீர்கள்?" என்று ஆத்திரத்துடன் கேட்டார்கள் அவர்கள். அந்த ஆட்கள், சாப்பிட்டபடியே மேலே நிமிர்ந்து பார்த்தார்கள்.

“அரசர்தான் எங்களை இங்கே அனுப்பிவைத்தார்” என்றார்கள் அவர்கள்.

“எங்கள் சாப்பாட்டைச் சாப்பிடச் சொன்னாரா அரசர்?” என்று கோபமாகக் கேட்டான் கணவன்.

“ஆமாம்... ஒரு மாதம் கழித்து நீங்கள் அரசரிடம் போவீர்கள். ‘அரசே! தினசரி சாப்பிடுவதற்கு எங்களுக்கு கஷ்டமாக இருக்கிறது. யாரையாவது அனுப்பிவைத்தால் மிக்க உதவியாயிருக்கும்’ என்று கெஞ்சிக் கேட்டுக் கொள்வீர்கள். இதை எதிர்பார்த்துத்தான் முன்னதாகவே எங்களை அனுப்பி வைத்திருக்கிறார் அரசர்... இனிமேல் தினசரி நாங்கள் வந்து உங்களுக்குப் பதிலாகச் சாப்பிட்டு விடுகிறோம். இந்த வேலையும் செய்யாமல் நீங்கள் ஓய்வெடுத்துக் கொள்ளுங்கள்...” என்று அந்த ஆட்கள் சொன்னார்கள்.

உடனே கணவனும் மனைவியும் அரசனிடம் ஓடினார்கள். “உங்களுக்கு என்ன உதவி வேண்டும்?” என்று கேட்டான் அரசன்.

“அரசே! எங்களுக்கு எந்த உதவியும் வேண்டாம். இனிமேல் நாங்களே வேலை செய்து சம்பாதித்துச் சாப்பிட்டுக் கொள்கிறோம்...” என்று கெஞ்சிக் கேட்டுக் கொண்டார்கள் தம்பதிகள்.

சொன்னவர்: அய்க்கண்

19

வல்லவனுக்கு வல்லவன்

ஒரு காட்டில் ஒரு குள்ள நரி வசித்து வந்தது. அது மிகவும் தந்திரமானது. காட்டில் உள்ள மற்ற பிராணிகளைத் தன் சொல்படிதான் நடக்க வேண்டும் என்று அதிகாரம் செய்து வந்தது. தன் சொல்படி நடக்காத பிராணிகளை எப்படியாவது தந்திரமாகக் கொன்று விடும்.

எனவே எல்லா மிருகங்களும் அந்தக் குள்ள நரியைக் கண்டு பயந்து கொண்டிருந்தன. அது சொன்னபடியே நடந்து வந்தன.

ஒரு நாள் ஒரு சிங்கத்தைப் பார்த்துத் தனக்கு முதுகு தேய்த்து விடும்படி கூறியது குள்ளநரி. சிங்கமோ அது தனக்குக் கேவலம், எனவே தேய்த்து விட மாட்டேன் என்று கூறிவிட்டது.

குள்ள நரிக்குக் கோபம். ஆனால் வெளியே காட்டிக் கொள்ளாமல் தந்திரமாகப் பேசியது.

“சிங்கமே! உன் தைரியம் எனக்கு மிகவும் பிடித்து விட்டது. உனக்கு ஒரு விருந்துக்கு ஏற்பாடு செய்துள்ளேன். உனக்காக ஒரு கொழுகொழு ஆட்டுக்குட்டியைப் பிடித்துக் கட்டி வைத்துள்ளேன். வா காட்டுகிறேன்” என்று கூறி அழைத்தது.

சிங்கமும் அதை நம்பிச் சென்றது. நரி சொன்னபடியே சற்று தூரத்தில் ஒரு ஆட்டுக்குட்டி கட்டி வைக்கப்பட்டிருந்தது. அதைப் பார்த்தவுடன் சிங்கத்துக்குப் பசி எடுத்து விட்டது. நரிக்கு நன்றி சொல்லிவிட்டு ஆட்டுக்குட்டியின் மீது பாய்ந்தது.

அங்கு ஏற்கனவே ஒரு வேடன் வலைவிரித்து ஆட்டைக் கட்டி வைத்திருந்தான். அதை முன்பே தெரிந்து வைத்திருந்தது நரி. தன் சொல்படி கேட்காத சிங்கத்தை வலையில் சிக்க வைத்து விட்டது. வேடன் சிங்கத்தைக் கொன்று தூக்கிச் சென்றான்.

சிங்கத்தைக் கொன்றுவிட்ட ஆணவத்தில் நரி திரும்பி வந்தது.

மற்ற மிருகங்கள் எல்லாம் இதை அறிந்து நரியின் மீது மிகவும் பயம் கொண்டன. நடுநடுங்கின. மறுநாள் நரிக்கு ஒரு பாராட்டு விழாவுக்கு ஏற்பாடு செய்தன. விழாவில் எல்லா மிருகங்களும் குள்ள நரிக்கு மாலை அணிவித்தன. பயத்தோடு பாராட்டிப் பேசின.

ஒரு முயல் பேசியது! "நரியார் அவர்களே, தங்களது தந்திரத்தை நாங்கள் நேரடியாகப் பார்த்து மகிழ விரும்பு கிறோம். தாங்கள் சிங்கத்தைக் கொன்ற முறையைச் செய்து காட்ட வேண்டுகிறோம்" என்றது.

புகழில் மயங்கிப் போன நரியும் எல்லாரையும் அழைத்துக் கொண்டு சென்றது.

அங்கு மீண்டும் வேடன் ஒரு ஆட்டுக் குட்டியைக் கட்டி வலை விரித்திருந்தான். இதை நரி கவனிக்கவில்லை.

''சிங்கம் ஆட்டுக்குட்டியின் மீது எப்படிப் பாய்ந்தது?''

என்று முயல் கேட்டது.

“இப்படித்தான் பாய்ந்தது” என்று கூறிய நரி ஆட்டுக் குட்டியின் மீது பாய்ந்து காட்டியது!

அவ்வளவுதான்! சிங்கத்தைப் போலவே நரியும் வேடன் வலையில் சிக்கிக் கொண்டது. வேடன் நரியைக் கொன்று தூக்கிச் சென்றான்.

மற்ற மிருகங்கள் முயலின் புத்திசாலித்தனத்தைப் பாராட்டி மகிழ்ச்சியோடு திரும்பிச் சென்றன.

20
அதிர்ஷ்டம் எது?

அது ஒரு சிறிய கிராமம். சங்கரலிங்கம் என்று வயதான ஒருவர் வாழ்ந்து வந்தார்.

அவருக்கு மனைவி இல்லை. இளங்கோ என்று ஒரே மகன். இருவரும் ஒருவர் மீது ஒருவர் அளவு கடந்த பாசம் உடையவர்கள்.

எல்லா வசதிகளுடனும் சௌகரியமாக வாழ்ந்து வந்தார்கள்.

சங்கரலிங்கம் ஒரு குதிரை வைத்திருந்தார். அது சாதாரணக் குதிரை அல்ல. விலை உயர்ந்த அராபியக் குதிரை

திடீரென்று ஒரு நாள் குதிரை வீட்டை விட்டு ஓடிப்போய் விட்டது. அருகில் உள்ள காட்டுப் பகுதிக்குள் தான் சென்று விட்டது.

முதியவர் சங்கரலிங்கம் தான் மிகவும் நேசித்த குதிரையை இழந்து விட்டார்.

அது நண்பர்களுக்குத் தெரிந்துவிட்டது.

நண்பர்கள் அனைவரும் சங்கரலிங்கத்தைத் தேடி வந்து விட்டார்கள்.

“இப்படி உனக்கு ஆகிவிட்டதே! எவ்வளவு ஆசையாய்க் குழந்தை மாதிரி அந்தக் குதிரையை வளர்த்தாய்!

"அந்தப் பாழாய்ப்போன குதிரை ஓடிப்போய் விட்டதாமே! எவ்வளவு துரதிருஷ்டம் உனக்கு!"

என்று ஆறுதல் சொன்னார்கள். சங்கரலிங்கம் அவர்களைத் திருப்பிக் கேட்டார்.

"என் குதிரை எங்கோ காணாமல் காட்டுக்குள் போய்விட்டது! அது சரி! அது காணாமல் போனது எனக்குத் துரதிருஷ்டம் என்று எப்படி உங்களுக்குத் தெரியும்!" என்று கேட்டார். நண்பர்கள் எல்லோரும் போயே போய்விட்டார்கள்.

காட்டுக்குப் போன குதிரை மீண்டும் வீட்டிற்கே திரும்பி வந்துவிட்டது. அது தன்னோடு பனிரெண்டு அழகான ஆண் குதிரைகளையும் அழைத்து வந்துவிட்டது.

ஊரே அதிசயமாகப் பேசியது. மீண்டும் நண்பர்கள் வந்து விட்டார்கள்.

"மொத்தம் பதிமூன்று குதிரைகள். அவ்வளவும் நல்ல ஜாதிக் குதிரைகள். எவ்வளவு பெரிய அதிர்ஷ்டம்!" என்றனர். சங்கரலிங்கம் திருப்பிக் கேட்டார்:

"இது எப்படி அதிர்ஷ்டம் என்று உங்களுக்குத் தெரியும்? உங்கள் வேலையைப் பார்த்துக் கொண்டு போங்கள்!" என்றார். நண்பர்கள் எதுவும் பேசாமல் போய் விட்டார்கள்.

இளங்கோ ஒரு நாள் காட்டுக் குதிரை ஒன்றின் மீது ஏறி உட்கார்ந்தான். அந்தக் குதிரை பழகாதது; மிகவும் முரட்டுத் தனமானது. முன்னங்கால்களை உயரத் தூக்கி இளங்கோவை கீழே தள்ளி விட்டது.

அவனுக்குக் கால் முறிந்து போயிற்று. படுக்கையில் இருந்தான் இளங்கோ. அருகே முதியவர் சங்கரலிங்கம். அவர் முகத்தில் துயரமோ கவலையோ ஏதுமில்லை. அமைதியாக இருந்தார்.

நண்பர்கள் மீண்டும் வந்தார்கள்.

"ஐயோ பாவம்! இப்படி ஆகிவிட்டதே உன் பையனால் இனி நடக்கக் கூட முடியாதே! உன்னுடைய ஒரே மகனுக்கு இப்படி ஆனது எவ்வளவு பெரிய துரதிருஷ்டம்!" என்று கவலையோடு சொன்னார்கள்.

முதியவர் என்ன லேசுப்பட்டவரா! விடவில்லை.

"ஆமாம்! இது எப்படி துரதிருஷ்டம்" என்று திருப்பிக் கேட்டார்.

நண்பர்கள் திரும்பிப் பார்க்காமலே சென்று விட்டார்கள். அந்த நாட்டுப் படையில் ஆட்களைச் சேர்ப்பதற்காகத் தளபதி அந்த ஊருக்கு வந்தான்.

அந்த ஊரில் உள்ள உடல் வலிமை உள்ள இளைஞர்கள் அனைவரையும் படையில் சேர்த்துக் கொண்டான்.

ஆனால் ஒரே ஒரு இளைஞன் மட்டும் சேர்த்துக் கொள்ளப்படவில்லை.

அவன் வேறு யாருமல்ல! கால் ஊனமுற்ற இளைஞன் இளங்கோதான்.

அந்த நாட்டிற்கும் மற்றொரு நாட்டிற்கும் போர் மூண்டது. தளபதி அழைத்துச் சென்ற அந்த ஊரைச் சேர்ந்த இளைஞர்கள் அனைவரும் போரில் பலியாகிவிட்டார்கள்! அந்தக் கிராமத்தில் எஞ்சிய இளைஞன் முதியவரின் ஒரே மகன் இளங்கோ மட்டும் தான்!

நீங்கள் சொல்லுங்கள்! அதிர்ஷ்டம் எது?

சொன்னவர்: கக்திபானு

21
விளையும் பானை

நல்லூரில் நாராயணன், பார்வதி என்று ஒரு அண்ணன், தங்கை.

தன் தங்கை பார்வதி மகன் முட்டாள். நாராயணனுக்கு அது தெரியும்.

பார்வதி தான் பெற்ற பிள்ளை உயர்வு என்று நினைத்தாள். அண்ணன் நாராயணனின் பெண்ணைத் தன் மகனுக்கு திருமணம் செய்ய நினைத்தாள்.

சொந்தம் விட்டுப் போகக்கூடாது என்று ஊராரும் உறவினரும் ஊக்கம் அளித்தனர்.

நாராயணனுக்கு விருப்பமில்லை. தட்டிக் கழித்தால் தங்கை விடமாட்டாள். ஊரைக் கூட்டி ஒப்பாரி வைப்பாள்.

என்ன செய்யலாம் என்று யோசித்தார். ஒரு யோசனை தோன்றியது.

தங்கையைக் கூப்பிட்டு "நான் ஆயிரம் ரூபாய் தருகிறேன். உன் மகன் அந்தப் பணத்தை எடுத்துக் கொண்டு போய் ஒரு வாரத்தில் ஒரு மாடு வாங்கி வர வேண்டும். வாங்கி வந்தால் அவனுக்கு என் பெண்ணைக் கொடுப்பேன். இல்லையென்றால் மாட்டேன்" என்றார்.

பார்வதி ஒப்புக்கொண்டாள்.

அவர் கொடுத்த ஆயிரத்தோடு இன்னோர் ஆயிரம் ரூபாய் சேர்த்துக் கொடுத்து “மகனே, இப்போது தான் நீ கெட்டிக்காரத்தனமாக நடக்க வேண்டும். ஒரு வாரத்தில் நல்ல மாடாக வாங்கி வந்தால் தான் உன் மாமன் மகள் உனக்குக் கிடைப்பாள்” என்று கூறி அனுப்பினாள்.

அவனும் புறப்பட்டுச் சென்றான்.

காட்டு வழியே நடந்து அவன் ஓர் ஊரை அடைந்தான். இருட்டி விட்டதால் ஒரு வீட்டை அடைந்தான்.

இரவு தங்க அங்கே இடம் கேட்டான். அந்த வீட்டுக்காரி கெட்டிக்காரி, இவன் முட்டாள் என்பதை உடனே புரிந்து கொண்டாள்.

சாப்பாடு போட்டால் பணம் தருவதாக இவன் சொன்னான்.

அவள், பணம் வைத்திருக்கிறான் இவன் என்பதை உடனே தெரிந்துகொண்டாள்.

“அதற்கென்ன போடுகிறேன்! பணம் இப்போது வேண்டாம். போகும் போது வாங்கிக்கொள்கிறேன்” என்றாள்.

அவனுக்கு மகிழ்ச்சியாயிற்று.

உடனே அவள் “கடைக்குப் போய் ஆழாக்கு அரிசி வாங்கி வாருங்கள்” என்றாள்.

அவன் வாங்கி வந்த அரிசியோடு அவனுக்குத் தெரியாமல் இன்னொரு ஆழாக்கு அரிசி சேர்த்து உலையில் போட்டாள்.

சோறு வெந்ததும் அவனோடு தன் எட்டுப் பிள்ளைகளையும் உட்கார வைத்து எல்லோருக்கும் பரிமாறினாள். தானும் சாப்பிட்டாள்.

திண்ணையில் அவன் படுத்தான். மறுநாள் காலையில் "ஆழாக்கு அரிசியிலா இத்தனை பேர் சாப்பிட்டார்கள்?" என்று அவன் கேட்டான்.

"ஆமாம், நான் வைத்திருப்பது விளையும் பானை. இதில் அரிசி போட்டால் சோறு எடுக்க எடுக்க வந்து கொண்டே இருக்கும். இன்றைக்கும் போய் ஆழாக்கு அரிசி வாங்கி வாருங்கள்" என்றாள்.

அவன் வாங்கி வந்தான். அவன் அறியாமல் மீண்டும் ஆழாக்கு அரிசியைக் கூட்டிப் போட்டு சோறு வடித்தாள். பரிமாறினாள். பத்துப் பேர் சாப்பிட்டு சோறு மிச்சம் நின்றது.

பார்த்தான் பார்வதியின் மகன்.

மாடு வாங்குவதை விட இந்தச் சோற்றுப் பானை வாங்கினால் லாபம். மாமன் தன் புத்தியை மெச்சிப் பெண் கொடுப்பான் என்று பானை விலை கேட்டான்.

''பானையை நான் விற்பதற்கு இல்லை'' என்று அவள் பிகு செய்தாள்.

அவன் கெஞ்சிக் கூத்தாடினான். "நாலாயிரம் ரூபாய்" என்று விலை சொன்னாள்.

பேரம் பேசி இரண்டாயிரத்துக்கு ஒப்புக்கொண்டாள். கையிலிருந்த பணத்தைக் கொடுத்துவிட்டுப் பானையை வாங்கிக் கொண்டு வீட்டிற்குப் போனான் அவன் பானையில் ஆழாக்கு அரிசியைப் போட்டு சமைத்தால் அது விளையவில்லை. எல்லோரும் சிரித்தனர்.

"மாடு வாங்கச் சொன்னால் பானை வாங்கி வருபவனுக்கு எப்படி பெண் கொடுப்பது, நீயே சொல்!" என்று அண்ணன் மடக்கினார்.

தங்கை வெட்கத்தால் தலை கவிழ்ந்தாள்.

சொன்னவர்: பாரதிதேவி

22

குருவியின் போராட்டம்

ஒரு காட்டில் இரண்டு குருவிகள் மிகவும் சந்தோசமாக வாழ்ந்து வந்தன. இரண்டும் சேர்ந்து அழகான கூடு கட்டி அதில் முட்டையிட்டுப் பெண் குருவி அடைகாத்துக் கொண்டு இருக்க, ஆண் குருவி இரை கொண்டு வருவதற்காகப் போயிருந்தது.

அப்போது திடீரென்று காட்டில் தீப்பிடித்து மரமெல்லாம் எரிந்து போக, இந்தக் குருவியின் கூடும் முட்டையோடு எரிந்து போனது. குருவிக்கு வேதனையென்றால் அப்படி வேதனை. அது அழுதுகொண்டே ஆண் குருவியின் வரவை எதிர்பார்த்து இருந்தது.

ஆண் குருவி வந்தது. பெண்குருவி அழுதுகொண்டே காடு எரிந்த விஷயத்தைச் சொன்னது. ஆண் குருவிக்கும் அது வருத்தம்தான்.

அது "அடடா! இந்த மாதிரி ஆகுமென்று நான் நினைக்கவில்லையே. சரி வா. நாம் தோட்டத்தில் இருக்கும் மரத்தில் கூடு கட்டி முட்டையிட்டு வாழ்வோம்" என்றது.

அதற்குப் பெண் குருவி "இந்த முட்டை எரிந்ததை நினைத்தாலே எனக்கு வயிறு எரிகிறது. இன்னொரு தடவை முட்டையிட்டு அதுவும் இந்த மாதிரிப் போய்விட்டால் என்னால் தாங்க முடியாது.

அதனால் எனக்கு இந்தக் குடும்ப வாழ்க்கையே வேண்டாம். நீ உனக்கு ஏற்ற மனைவியைப் பார்த்துக் கொள்'' என்றது. அதற்கு ஆண் குருவி ''தோட்ட மரங்களில் தீப்பிடிக்காது என்று உறுதியளிக்கிறேன்'' என்று சொல்ல, பெண் குருவியும் சம்மதித்தது. இரண்டும் சேர்ந்து தோட்டமரத்தில் கூடு கட்டி முட்டையிட்டன. மறுநாளே தோட்டக்காரன் சன்னல், கதவுக்காக அந்த மரத்தை வெட்டினான். முட்டை கீழே விழுந்து உடைந்து போனது.

மீண்டும் பெண் குருவி விம்மி விம்மி அழுதவாறு ''எனக்கு இனி வாழ்க்கையே வேண்டாம். நீயாவது போய் சந்தோசமாக இரு'' என்றது.

ஆனால் ஆண்குருவி ''உன்னை விட்டுவிட்டு நான் எப்படி சந்தோசமாக இருப்பேன்? வா! இந்தத் தடவை காடும், தோட்டமும் வேண்டாம். அரண்மனையில் வாழ்க்கை நடத்துவோம். நமது முட்டைக்கு அரசரின் பாதுகாப்பு இருக்கும். அப்படி ஏதாவது ஒன்று ஆகிவிட்டால் நான் அரசரிடம் போராடி உனது முட்டையைக் கொண்டு வருவேன்'' என்றது.

அப்போது அந்த வழியாக வந்த அரசருக்குக் குருவி சொன்னதைக் கேட்டு ஆச்சரியமாக இருந்தது. ஒரு சின்னக் குருவி நம்மோடு போராடி ஜெயிக்குமாமே பார்க்கலாம் என்று நினைத்தவர் பேசாமல் வீட்டுக்கு வந்தார்.

இரண்டு குருவிகளும் மறுநாள் அரசரின் அரண்மனையில் கூடு கட்டின. வழக்கம் போல் பெண்குருவி முட்டையிட்டு அடைகாத்தது.

ஒரு நாள் பெண்குருவி இரைக்காக வெளியே போகும் போது அரசர் முட்டையை எடுத்து வைத்துக் கொண்டார். திரும்பி வந்த பெண்குருவி முட்டையைக் காணாததால் தரையில் புரண்டு புரண்டு அழுதது. வந்து பார்த்த ஆண் குருவிக்கு மிகுந்த வேதனையாகி விட்டது.

அது உடனே அரசரிடம் முட்டையைக் கேட்டது. அரசர் "எனக்குத் தெரியாது. எனக்கு தெரிந்தா, நீ கூடுகட்டிக் குடும்பம் நடத்தினாய்" என்று சொல்லிவிட்டார்.

உடனே குருவி "நான் போராட்டம் நடத்துவேன்" என்றது.

அரசரும் "உன் போராட்டம் என்னை என்ன செய்யும்" என்று சொல்லி விட்டார்.

உடனே ஆண்குருவி தன் மனைவிக்கு ஆறுதல் சொல்லிவிட்டு வெளியே வந்தது. காட்டில் உள்ள பறவைகள், மிருகங்களையெல்லாம் தன் உதவிக்கு அழைத்தது. ஈ, எறும்பு உட்பட எல்லா மிருகங்களும் ஆண் குருவியோடு வந்தன.

உடனே ஆண் குருவி "நீங்கள் எல்லோரும் ஆறு, குளம், கிணறு என்று எல்லா இடங்களிலும் ஒரு பொட்டுத் தண்ணீர் இல்லாமல் குடித்து விடுங்கள்" என்றது.

எல்லா மிருகங்களும் அப்படியே செய்தன. மறுநாள் குடிமக்கள் அனைவரும் தண்ணீர் இல்லாமல் திண்டாடித் தவித்துப் போனார்கள். அரசரிடம் போய் முறையிட்டார்கள்.

ஊர் மக்கள் தாகம், தாகம் என்று கத்த அரசருக்கு மிகவும் கஷ்டமாகி விட்டது. அவர் உடனே குருவியை அழைத்து அதன் தைரியத்தைப் பாராட்டி தான் எடுத்து வைத்திருந்த முட்டைகளை எடுத்து அதனிடம் கொடுத்தார்.

அப்போது வானத்தில் மேகம் திரண்டு மழை சோவென்று கொட்டியது. மீண்டும் ஆறு, குளம் அனைத்தும் நிரம்பின. அரசருக்கு மிகவும் சந்தோசமாகி விட்டது.

இரண்டு குருவிகளும் அரண்மனை மேல்மாடத்தில் கூடு கட்டி நன்றாக வாழ்ந்து வந்தன.

சொன்னவர்: பாரதிதேவி

23
நரியின் தந்திரம்

ஒரு காட்டில் மூன்று குரங்குகள் மிகவும் ஒற்றுமையாக வாழ்ந்து வந்தன.

முதல் குரங்கு காட்டிற்கு வேலைக்குப் போகும். இரண்டாவது குரங்கு கடைகளுக்குப் போய்த் தேவையான பொருள்களை வாங்கி வந்து கொடுக்கும். மூன்றாவது குரங்கு வீட்டிலிருந்து சமையல் செய்யும்.

இப்படியே சந்தோசமாக வாழ்ந்தன.

குரங்கு வீட்டின் பக்கத்தில் ஒரு நரி குடியிருந்து வந்தது. அந்த நரிக்கு இவர்கள் ஒற்றுமையாக இருந்ததைக்கண்டு பொறாமையாக இருந்தது. இவர்களை ஏதாவது சொல்லிக் கலைத்து விட்டால் தினமும் சண்டை போடுவார்கள். பார்க்க சந்தோசமாக இருக்கும் என்று நினைத்தது.

இவர்களுக்குள் எப்படிச் சண்டை இழுத்து விடுவது என்று யோசிக்க அதற்கு ஒரு யோசனை தோன்றியது.

அதன்படியே நரி முதல் குரங்கிடம் வந்தது. “இதோபார் குரங்கு. நீ தினமும் காட்டில் போய் நாயாக அலைந்து வேலை செய்கிறாய். இந்த இரண்டு குரங்குகளும் கடைக்குப் போகிறேன் என்றும், சமையல் செய்கிறேன் என்றும் நன்றாக

நிழலில் இருந்து தின்றுவிட்டுப் பொழுதை கழிக்கிறார்கள். உம்... உன் தலைவிதி. நீ நாள் முழுக்க வெயிலில் கிடந்து அலைய வேண்டியிருக்கிறது'' என்றது. உடனே முதல் குரங்கும் 'நரி சொல்வது உண்மைதான். நாம் நாள் முழுக்க காட்டினில் வெயிலில் கிடந்து இடுப்பொடிய வேலை செய்ய இந்த இரண்டு பேரும் வீட்டில் இருந்து தின்பதா? நாளையிலிருந்து நான் கடைக்குப் போகவேண்டும்' என்று நினைத்துக் கொண்டது.

நரி இரண்டாவது குரங்கிடம் வந்தது. ''ஏ... குரங்கே! முதல் குரங்கும், கடைசிக் குரங்கும் காடு, சமையல் என்று ஒரே வேலையில் நிம்மதியாக இருக்க, நீ எதற்குக் கடை, கண்ணி என்று அலைகிறாய். அதுவுமில்லாமல் விலை பேசி, பொருள் வாங்க வேண்டும். ஒரு பைசா குறைந்து விடாமல் கணக்கு வேறு சரியாகக் கொடுக்க வேண்டும். எந்தக் கடையில் விலை குறைவாக இருக்கிறது என்று நாலு கடை ஏறி இறங்க வேண்டும். ஏன் உனக்கு இந்தத் தலைவிதி'' என்று கேட்க குரங்குக்கும் நரி சொல்வது நியாயமாகப்பட்டது.

இவர்கள் இரண்டு பேரும் காடு, வீடு என்று நிம்மதியாக இருக்க, நாம் ஏன் கடைக்கும் வீட்டுக்கும் அலைய வேண்டும். இனி நாம் வேறு ஏதாவது வேலைதான் செய்ய வேண்டுமென்று தீர்மானித்தது.

இப்போது மூன்றாவது குரங்கிடம் வந்த நரி ''உம்... ம்... உன்னைப் பார்த்தால் எனக்குப் பாவமாக இருக்கிறது.

உன்கூட இருக்கும் இரண்டு குரங்கும் காற்றோட்டமாகத் திறந்த வெளியில் வேலை செய்ய நீ மட்டும் ஏன் புகையில் வாடுகிறாய். அதுவும் வாய்க்கு ருசியாச் சமைக்கணுமே. இதோ இப்போது வந்துவிடுவார்களே. சீக்கிரமா சமையல் செய்யணும் என்று எப்பவும் பதட்டப் பட்டுக் கொண்டே செய்யணும். உன் தலை விதி. உனக்கு இப்படி வேலை கிடைத்து விட்டது" என்று பெருமூச்சோடு கூறவும், கடைசிக் குரங்குக்கும் அது நியாயமாகப் பட்டது.

நிஜம்தான். அவர்கள் வேலை செய்கிறேன் என்ற பெயரில் வெட்டியாகப் பொழுதைக் கழித்துவிட்டு வர நாம் எதற்காகப் புகையில் கிடந்து வேக வேண்டும். அவர்களுக் காவது ஒரு நாள் லீவு இருக்கிறது. நமக்கு அதுவும் இல்லை நாம் இனி இந்த வேலையை செய்யக் கூடாது என்று எண்ணியது.

மறுநாள் மூன்று குரங்குகளும் கூடிப் பேசின. கொஞ்ச நாளைக்கு நாம் ஒரு மாறுதலுக்காக ஆளுக்கு ஒரு வேலையாக மாற்றிக்கொண்டால் என்ன என்று கேட்டு அதன்படியே மூன்று குரங்குகளும் தங்கள் தங்கள் வேலைகளை மாற்றிக் கொண்டன.

ஆனால் இத்தனைக்கும் காரணம் நரிதான். நமக்குள் சண்டை இழுத்து விடுவதற்காகவே அது இப்படி செய்திருக் கிறது என்று தெரிந்து கொண்ட மூன்று குரங்குகளும் ஆளுக்கொரு கம்பை கையில் எடுத்து வைத்திருந்தன.

மிக சந்தோசமாக இவர்களுடைய சண்டையை வேடிக்கை பார்க்க வந்த நரியை போட்டி போட்டுக்கொண்டு அடி வெளுக்க, நரி ஊளையிட்டுக் கொண்டே காட்டுக்குள் ஓடிவிட்டது.

சொன்னவர்: பாரதிதேவி

24
வேட்டை வேண்டாம்

ரவி சின்ன பையன். ஆறாவது படிக்கிறான். ஐந்தாவது படிக்கும் போதெல்லாம் அப்பா மீது அவனுக்குக் கொள்ளை ஆசை.

தூங்கி எழுந்ததும் அப்பாவைப் பார்க்க வேண்டும். அதேபோல் பள்ளிக் கூடம் விட்டு வந்ததும் அப்பாவைப் பார்க்க வேண்டும். அவன் அப்பாவிற்குப் பெரிய வேலை ஒன்றும் இல்லை.

முதல் நாள் கருது முற்றி இருக்கும். காடுகளின் பக்கத்தில் தரிசு நிலத்தில் வலையை விரித்து வைத்துவிட்டு வருவார். மறுநாள் போகும்போது கொக்கு, குருவி, புறா அனைத்தும்

அதில் சிக்கியிருக்கும். சமயத்தில் குயில் கூட சிக்கியிருக்கும். அத்தனை பறவைகளையும் கூடையில் அள்ளிப் போட்டுக் கொண்டு சந்தைக்குப் போவார். ஒவ்வொரு நாளைக்கு எல்லாமே விற்றுப் போகும்.

ஏதாவது ஒரு சமயத்தில் சந்தைக்குக் கொண்டு போகும் பறவைகள் அப்படியே திரும்பி விடும். கால் ஒடிந்தது. சிறகு ஒடிந்ததையெல்லாம் அப்பா கொன்று அம்மாவிடம் கொடுக்க அம்மா குழம்பு வைப்பாள்.

ரவி தன் அப்பாவோடு கறியை ருசித்துச் சாப்பிடுவான். மீதி பறவைகளைக் கூடையோடு முன் வாசலில் கட்டித் தொங்க

விட்டு விடுவார். அவை இரவெல்லாம் தீனமான குரலில் கத்திக் கொண்டிருக்கும். சில சமயம் ரவி பறவையோடு விளையாட விரும்புவான். அப்போதெல்லாம் அவன் அப்பா ஒரு நூலில் பறவைகளைக் கட்டி அவனிடம் கொடுத்து விடுவார். ரவிக்கு குஷியாக இருக்கும். தன் நண்பர்களைக் கூட்டி வைத்துப் பறவைகளோடு விளையாடுவான்.

ஒரு நாள் ரவி பள்ளிக்கூடம் போய்விட்டு வரும்போது ஒரு குருட்டுப் பிச்சைக்காரன் ''தம்பி, தம்பி! இங்கே வா'' என்று கூப்பிட்டான். ரவி என்ன என்று கேட்டவாறே அவன் அருகில் போய் நின்றான். அவ்வளவுதான். அந்தப் பிச்சைக்காரன் ரவியின் வாயில் துணியைத் திணித்து ஒரு பெரிய சாக்குப் பைக்குள் தூக்கிப் போட்டுக் கொண்டு எங்கேயோ புறப்பட்டான்.

ரவி கத்தினான். வெளியே சத்தம் கேட்கவில்லை. கை கால்களை உதறினான். ஆனாலும் பிச்சைக்காரன் தன் பிடியை விடவில்லை. தன் வீடு போய்ச் சேர்ந்தவன் ரவியைச் சாக்கில் இருந்து வெளியே எடுத்தான். வெளியே வந்த ரவி ஓ... என்று அழுதான்.

பிச்சைக்காரன் அவனை நாலு அறை அறைந்தான். இனி அழுதால் கொன்றுவிடுவேன் என்று பெரிய கம்பை எடுத்துக் காட்டினான்.

பிறகு ஒரு ரொட்டியும், சிறிது தண்ணீரையும் உண்ணச் சொல்லி வைத்துவிட்டு அறையைப் பூட்டிவிட்டு வெளியே காவலாகப் படுத்துக் கொண்டான்.

ரவிக்கு ரொட்டியைத் தின்ன மனமில்லை. அத்தோடு தன் வீட்டில் இருக்கும் பறவைகள் கூட அப்பா போடும் இரையைத் தின்னாதது ஞாபகத்துக்கு வந்தது.

அடி வாங்கியதில் உடம்பெல்லாம் வலி எடுத்தது. இப்படித்தானே அப்பா பிடித்து வரும் பறவைகளுக்கும் வலி எடுக்கும் என்று நினைத்தான். தன் அம்மா, அப்பாவையும் எப்போது பார்ப்போம் என்று நினைத்தான்.

சற்று நேரம் கழித்துப் பிச்சைக்காரன் கதவைத் திறப்பது கேட்டது. உடனே ரவி ஓடிப் போய் கதவருகில் நின்று கொண்டான்.

உள்ளே வந்த பிச்சைக்காரன் சுற்றும் முற்றும் பார்க்க, கதவருகில் இருந்த ரவி வெளியே ஓட்டம் பிடித்தான் நிறையத் தெருக்களைச் சுற்றி அங்கங்கே கேட்டு எப்படியோ தன் வீடு வந்து சேர்ந்தான்.

பிள்ளையைக் காணாமல் அழுது கொண்டிருந்த அம்மாவும், அப்பாவும் இவனைக் கண்டதும் கட்டிக் கொண்டு முத்தம் கொடுத்தார்கள்.

ரவி அவர்களிடமிருந்து விலகி, பறவைகளிடம் ஓடி வந்தான். கூண்டைத் திறந்து விட்டான். அனைத்துப் பறவைகளும் சிறகடித்து மகிழ்ச்சியோடு பறந்தன. அப்பா "என்ன ரவி இப்படிச் செய்துட்டே?" என்று கேட்க, "கொஞ்ச நேரம் உங்களைப் பிரிந்ததற்கே எனக்குத் தாங்க முடியவில்லை. பறவைகளுக்கும் அப்படித்தானே இருக்கும் இனிமேல் வேட்டைக்கு நீங்கள் போகக் கூடாது" என்று சொல்ல, அவன் அப்பாவும் அன்போடு சம்மதித்தார்.

சொன்னவர்: வி. ஆனந்தமூர்த்தி

25

தருமியும் கருமியும்

ஓர் ஊரில் சுடலை என்னும் கருமி இருந்தான். பணத்தாசைப் பிடித்தவன். சப்பையான மூக்கு, கருப்பு நிறம் வேறு. பணம் இருந்தும் இந்த மூக்கு அவனுக்கு அவலட்சணமாக இருந்தது.

சுடலைக்கு அடுத்த வீடு கந்தனுடையது. பெரும் பணக்காரன். தான தர்மம் செய்வான்.

கந்தன் தானதர்மம் செய்வதில் சொத்து கரைந்தது. ஏழையானான். மனைவியும் நோயாளி ஆனாள்

பணக் கஷ்டம். கருமி சுடலையிடம் பணம் கேட்டான். அவன் கொடுக்க மறுத்தான். அத்துடன் கந்தனைப் பார்த்து "நீ வாரி வழங்குவதைப் பார்த்து, உனக்கு இந்த நிலை வரும் என்று முன்பே நினைத்தேன். உன்னிடம் வாங்கியவர்கள் யாராவது வந்து உதவி செய்கிறார்களா? இல்லை. இதுதான் உலகம், என் வயலில் வேலை பார். மற்றவர்களுக்கு கொடுக்கும் கூலி கொடுக்கிறேன்" என்றான்.

சுடலை கடுமையாக வேலை வாங்கினான். ஆனால் குறைந்த கூலி கொடுத்தான். அதை வைத்து கணவன், மனைவி இருவரும் ஜீவனம் நடத்தி வந்தனர்.

ஒரு நாள் இரவு சமைத்து சாப்பிட அமர்ந்தார்கள். கதவு தட்டப்படும் ஓசை கேட்டது. கதவைத் திறந்து பார்க்க... ஒரு

புதிய மனிதர் நின்றார். தனக்கு வெளியூர் என்றும் தங்க இடம் வேண்டும் என்றும் கேட்டார்.

ஆனால் கந்தன், அவருக்கு உணவளித்து, படுக்க இடமும் அளித்தான்.

காலையில் செல்லும் போது புதிய மனிதர் "ஐயா! நீங்கள் செய்த உதவிக்கு மிக்க நன்றி. என்னிடம் ஒரு அதிசயக் கண்ணாடி உள்ளது. நீங்கள் நினைக்கும் மூன்று விருப்பங்களை மட்டும் ஒரே நேரத்தில் இது நிறைவேற்றும்" என்று சொல்லி சிறிய முகம் பார்க்கும் அக்கண்ணாடியை அளித்துச் சென்றார்.

கந்தன் அதைப் பார்த்து மகிழ்ந்தான். முதலில் அதை சோதிக்க விரும்பினான். கண்களை மூடி தனது மூன்று விருப்பங்களை கூறி வேண்டினான்.

தனது மனைவி உடல் நலம் பெற வேண்டினான். அவ்வாறு நலமுடன் இருப்பதைக் கண்டான்.

பெரிய மாளிகை பெற வேண்டினான். அவ்வாறே மாளிகை வந்ததைக் கண்டான்.

மூன்றாவதாக தான் இழந்த செல்வத்தைக் கேட்டான். அதுவும் வந்தது.

கந்தன் நிலை மாறியதை கருமி சுடலை அறிந்தான். கந்தன் வீடு வந்தான். "கந்தா! என்றைக்காவது ஒருநாள் நீ நல்ல நிலைக்கு வருவாய். உன் தான தர்மம் உன்னைக் காக்கும் என எனக்கு முன்பே தெரியும்" என்று கபடமாக பேசினான்.

திடீர் பணக்காரன் ஆன கதையைக் கேட்டான். கந்தன் ஒரு வெகுளி. கண்ணாடி பற்றிய ரகசியத்தைக் கூறினான். ஒரே ஒரு இரவு மட்டும் அதை கொடுக்க கெஞ்சினான். மனம் இளகிய கந்தன் மூன்றே மூன்று விருப்பங்களை மட்டும் கேட்க வேண்டும் என்ற நிபந்தனையோடு கொடுத்தான்.

சுடலை வீடு வந்தான். கதவை மூடினான்.

முதலில் கண்ணாடியிடம் தனக்கு நீளமான மூக்கு கேட்டான். மூக்கு மிக நீளமாகிவிட்டது.

ஐயோ எனக்கு மூக்கே வேண்டாம் என்று கேட்டான். மூக்கே இல்லாமல் அசிங்கமாகத் தோன்றினான்.

மூன்றாவதாக ஐயையோ, இதற்கு பழைய சப்பை மூக்கே பரவாயில்லை என நினைத்து அதையே கேட்டான். அடுத்த கணம் பழைய சப்பை மூக்குடன் காட்சியளித்தான்.

அதற்குப் பின் கண்ணாடியிடம் மன்றாடினான். நான்காவதாக அழகான உருவத்தைக் கேட்டான். கெஞ்சிப் பார்த்தான். ஒன்றுமே நடக்கவில்லை.

நல்லவன் என்றுமே நன்றாக வாழ்வான். கெட்டவன் நன்றாக வாழ்ந்ததாக சரித்திரம் இல்லை.

26
நன்றி மறந்தவர் நிலை

ஒரு காட்டில் வயதான சிங்கம் இருந்தது. அது ஒரு குகையில் சிக்கிக் கொண்டது. குகையை ஒரு கல் மூடிக் கொண்டது. வெளியே இருந்து யாராவது முயற்சி செய்தால் போதும், அந்த கல்லைத் தள்ளி விடலாம். சிங்கம் குகையை விட்டு வெளியே வந்து விட முடியும்.

ஆனால் குகைக்குள் உணவு கிடைக்காமல் பல நாட்கள் பட்டினியாக சிங்கம் இருந்தது. இறக்கும் நிலை வந்துவிடக் கூடிய சிக்கலான சூழ்நிலை.

இந்த நிலையில் அந்த பக்கம் ஒரு கரடி சென்றது. சிங்கம் கரடியிடம் உதவி கேட்டது. வெளியே வந்தால் தன்னைத் தின்றுவிடும் என எண்ணி கரடி மறுத்தது.

அடுத்து ஒரு குதிரை வந்தது. சிங்கம் அதனிடமும் உதவி கேட்டது. குதிரையும் மறுத்து விட்டது.

மூன்றாவதாக காட்டெருமை வந்தது. சிங்கம் அதனிடம் கெஞ்சியது. தான் இறந்து விடக்கூடிய சூழ்நிலை ஏற்படப் போவதாகவும் கெஞ்சியது. காட்டெருமை சிங்கத்தின் குணத்தை எண்ணி மறுத்துவிட்டது.

கடைசியாக மான் ஒன்று வந்தது. சிங்கம் அதனிடமும் கெஞ்சியது. மானும் மறுத்துவிட்டது. சிங்கமோ தனது நிலையைக் கூறி அழுதது. மான் மனம் இளகியது. இருந்தாலும் ஒரு பயம். அப்படியும் சிங்கத்தின் நிலைமைக்கு இரங்கி கல்லைத் தள்ளி விட்டது மான்.

சிங்கம் வெளியே வந்தது. வந்ததும் நன்றியை மறந்துவிட்டது. தனக்கு அகோரப் பசி என்பதால் மானைத் தின்ன முயன்றது.

மான் அலறியது. சிங்கத்திடம் மன்றாடியது. "காப்பாற்றிய என்னை தின்பது நியாயம் அல்ல" என அறிவுரை கூறியது. எதற்கும் சிங்கம் ஒத்துக்கொள்வதாக இல்லை. பசியை தீர்த்து உயிர்வாழ்வதையே இலட்சியமாகக் கொண்டது. தன்னைக் காப்பாற்றிய மானைப் பற்றி கவலைப்படவில்லை.

இந்த நிலையில் அந்த வழியே ஒரு நரி வந்தது. இவர்கள் பிரச்சினையைக் கேட்டது. அதற்கு ஓரளவு புரிந்துவிட்டது. இருந்தும் புரியாதது போல் நடித்தது.

பிரச்சினையை நரி தீர்த்து வைப்பதை சிங்கம், மான் இரண்டும் ஒத்துக் கொண்டன. நரி திட்டம் வகுத்தது. இதற்கு முன் யார் யார் எங்கு இருந்தீர்களோ அப்படியே இருக்க வேண்டுமென்றது.

அதன்படி சிங்கம் குகைக்குள் சென்றது. மான் திறந்த கல்லை எடுத்து மூடிக் காட்டியது. உடனே நரி "முட்டாள் சிங்கமே!

உள்ளேயே கிடந்து செத்துவிடு. ஆபத்துக் காலத்தில் உதவிய நண்பனை மறந்ததற்கு தண்டனை இதுதான்'' என்றது.

மானிடம் ''யாருக்கு உதவ வேண்டும் என்பதை அறிய வேண்டும். கபட எண்ணம் உள்ளவர்க்கு உதவக் கூடாது. நன்றி மறக்கும் தீயவர்க்கு உதவக்கூடாது'' எனக் கூறி காட்டுக்குள் சென்றது.

சொன்னவர்: வி. ஆனந்தமூர்த்தி

27

சாமியாரை விரட்டிய உலக்கை

கோம்மை கிராமத்தில் கோவிந்தன் மனைவியுடன் வசித்து வந்தான். நல்ல குணம். பிறருக்கு உதவும் எண்ணம். மனைவியோ இதற்கு நேர் எதிர்.

யாராவது பசியாக வந்தால் உணவு கொடுப்பான். எனவே தினமும் ஒருவராவது வந்து செல்வார்கள். இது மனைவிக்குப் பிடிக்கவில்லை. நேரடியாகச் சொல்லவும் பயம். முடிந்தவரை கணவருக்குத் தெரியாமல் விரட்டி விடுவாள்.

ஒரு நாள் சிவபக்தர் ஒருவர் கோவிந்தனின் வீடு தேடி வந்தார். அவரை வரவேற்றான். திண்ணையில் உட்கார்ந்தார். மனைவியை அழைத்து அறிமுகப்படுத்தினான். அவருக்காக வடை, பாயசம் செய்ய சாமான்கள் வாங்க கடைக்குச் சென்றான்.

மற்றவர்களை போல் இவரையும் விரட்ட எண்ணினாள். ஆனால் ஏதாவது சாபம் கொடுத்து விடுவாரோ என்ற பயம்.

கணவன் வரும் முன் எப்படி விரட்டுவது என்று திட்டம் போட்டாள்.

அதன்படி ஒரு உலக்கையை எடுத்தாள். அதற்கு சந்தனம் பூசி மாலையிட்டாள். சிவபக்தர் முன் வைத்தாள்.

அவர் காரணம் கேட்டதற்கு, பெரிய ரகசியம் இருப்பதாக போக்குக் காட்டினாள். ரகசியம் என்றதும் சிவபக்தருக்கு ஆவல்

வந்தது. பலமுறை நச்சரித்தார். அதன் பிறகே கூறினாள்.

"சுவாமி! எனது கணவர் ஒரு விரதம் இருக்கிறார். 50 சந்நியாசிகளை கூப்பிட்டு, சாப்பாடு போட முடிவு செய்தார். சாப்பாடு தயார் செய்து படைக்க வேண்டும். அவர்கள் சாப்பிடும் போது இந்த உலக்கையால் அடித்துக் கொன்று விடவேண்டும். இவ்வாறு 50 நபர்களைப் பலி கொடுத்தால் நினைத்தது நடக்கும் என்று யாரோ ஒரு முனிவர் என் கணவருக்குக் கூறியிருக்கிறார். அதனால்தான் நாள் தோறும் என் கணவர் சாப்பாடு போடுகிறார். அவர் வருவதற்குமுன் நான் இந்த உலக்கை பூசை செய்து காரியத்தை முடிக்க வேண்டும். இல்லா விட்டால் எனக்குப் பூசைதான்" என்றாள்.

"அடிப்பாவி, உங்கள் உலக்கை பூசைக்கு நான்தான் கிடைத்தேனா?" எனக்கூறி சிவபக்தர் சிட்டெனப் பறந்தார்.

கோவிந்தன் கடைத்தெருவில் ஓடும் சிவபக்தரைக் கண்டான். மனைவியிடம் காரணம் கேட்டான்.

"இந்த உலக்கையைக் கொடுக்குமாறு அந்தச் சாமியார் என்னிடம் கேட்டார். நீங்கள் எதை வேண்டுமானாலும் கேளுங்கள் தருகின்றேன். ஆனால் என் தாய் வீட்டில் சீதனமாகக் கொடுத்த இந்த உலக்கையை மட்டும் தரமாட்டேன் என்று அவரிடம் கூறினேன். அதற்கு கோபித்துக் கொண்டு

ஓடிவிட்டார்” என்று தன் கணவரிடம் பொய் கூறினாள். அப்பாவி கோவிந்தனும் நம்பி விட்டான்.

ஆனாலும் “அடிப்பாவி! என்ன பெரிய உலக்கை. அவருக்குக் கொடுத்து விடவேண்டியது தானே” எனவும் ஆதங்கப்பட்டான். மனைவியிடம் உலக்கையை வாங்கிக்கொண்டு சாமியாருக்குக் கொடுக்க ஓடினான்.

தன் பின்னால் கோவிந்தன் உலக்கையுடன் ஓடி வருவதைக் கண்ட சாமியார் பயந்தார். தம்மைக் கொல்ல வருகிறான் என்று மேலும் வேகமாக ஓடினார்.

“சுவாமீ! நில்லுங்கள்! இதோ உங்களுக்குத் தேவையான உலக்கை!” என்று கத்திக் கொண்டே ஓடினான்.

“அடப் பாதகா, நீயும் ஆயிற்று; உன் உலக்கையும் ஆயிற்று உன் மனைவியின் அருளால் தப்பித்தேன்!” என்று கத்திக் கொண்டு சிவபக்தர் ஓடி மறைந்தார்.

28

கடவுள் வந்தார்

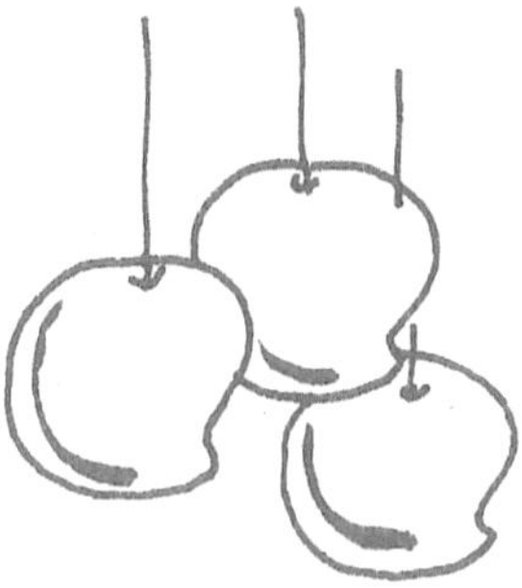

ஒரு ஊரில் இரண்டு சிறுவர்கள் இருந்தனர். இருவரும் நண்பர்கள். இணைபிரியாத நண்பர்கள். எப்போதும் ஒன்றாகவே இருப்பார்கள். எங்கு போனாலும் சேர்ந்தே போவார்கள். இருவருக்கும் பக்கத்துப் பக்கத்து வீடுகள்.

இப்படி இருக்கும் போது ஒருநாள், அந்த நண்பர்களில் ஒருவன் காணாமல் போய்விட்டான். எங்கு போனான்? எப்படிப் போனான் என்று தெரியவே இல்லை.

இது மற்ற நண்பனுக்கு வருத்தமாகி விட்டது. அவன் இல்லாமல் இவனுக்குக் கையும் ஓடவில்லை. காலும் ஓடவில்லை. அவன் மீது அவ்வளவு பிரியம் வைத்திருந்தான்.

இவனுக்கோ என்ன செய்வது என்று தெரியவில்லை. அழுதான். அவன் நினைவாகவே இருந்தான்.

அவனைப் பார்க்க வேண்டும் போல் ஆசை ஆசையாக வந்தது. இவனும் எல்லா இடங்களிலும் சென்று தேடிப் பார்த்தான். அவனைக் காணவே இல்லை.

ஒரு நாள் அந்த ஊருக்கு ஒரு சாமியார் வந்தார். அவரிடம் "என் நண்பன் காணாமல் போய்விட்டான். அவனை நீங்கள் தான் தேடிக் கண்டு பிடித்துத் தரவேண்டும்" என்றான்.

உடனே சாமியார் "சரி" என்றார்.

“நான் மூன்று மாம்பழங்கள் தருவேன். அதை எடுத்துக் கொண்டு மலை மீது உள்ள முருகன் கோவிலுக்குப் போ. முருகக் கடவுளுக்குக் கொடு. உன் நண்பன் கிடைத்து விடுவான்.

“ஆனால் வழியில் ஒரு பழத்தைக் கூட நீ தின்றுவிடக் கூடாது. யாருக்கும் கொடுத்தும் விடக் கூடாது. மூன்றும் அப்படியே கடவுளுக்குப் போக வேண்டும்'' என்று கண்டிப்புடன் கூறிவிட்டார்.

சிறுவனும் சரி என்று கூறினான். சாமியார் மூன்று மாம்பழங்களைக் கொடுத்தார். அதை எடுத்துக் கொண்டு மலை மீது நடந்தான். முருகன் கோவில் மலை உச்சியில் இருந்தது.

சுட்டெரிக்கும் வெயிலில் நடந்தான். சிறிது தூரம் நடந்ததும் பசித்தது. கையில் மூன்று மாம்பழங்கள் இருந்தன. சாமியார் மாம்பழங்களைச் சாப்பிடக் கூடாது என்று கண்டிப்பாகக் கூறிவிட்டார் அல்லவா? அதனால் அவன் பசியைத் தாங்கிக் கொண்டு நடந்தான். சிறிது தூரம் நடந்ததும் ஒரு கிளி வழியில் மயங்கிக் கிடந்தது. அந்தக் கிளியைப் பார்த்தான். பாவம் அது பசியில் மயங்கிக் கிடந்தது. வெயிலில் மரம் காய்ந்து போயிருந்தது. மரத்தில் ஒன்றுமே இல்லை. அவன் ஒரு நிமிடம் யோசித்தான். கிளியைப் பார்க்கப் பார்க்கப் பாவமாக இருந்தது.

நல்ல அழகான பச்சைக் கிளி. வாடிப் போயிருந்தது. ஒரு மாம்பழத்தைக் கொடுத்தால் சாப்பிடும். பிழைத்துக் கொள்ளும். ஆனால் அந்தச் சாமியார் யாருக்கும் மாம்பழத்தைத் தரக்கூடாது என்றல்லவா கூறியிருக்கிறார்! என்ன செய்வது?

இவனுக்கு அந்தக் கிளியை அப்படியே விட்டுவிட்டுப் போக மனசு வரவில்லை. அப்படியே விட்டுவிட்டால் சிறிது நேரத்தில் செத்துப் போகும்.

இவன் ஒரு மாம்பழத்தை எடுத்துக் கிளிக்குக் கொடுத்தான். கிளி மாம்பழத்தைச் சாப்பிட்டது. சிறிது நேரத்தில் எழுந்துவிட்டது.

கிளி அந்தச் சிறுவனைப் பாராட்டியது. "நல்ல நேரத்தில் வந்து உதவினாய். இல்லாவிட்டால் நான் செத்திருப்பேன். தக்க சமயத்தில் வந்து உதவினாய். இதை நான் மறக்கவே மாட்டேன்" என்றது.

சிறுவன் இரண்டு மாம்பழங்களை மட்டும் எடுத்துக் கொண்டு நடந்தான்.

சிறிது தூரம் போன உடன் ஒரு குரங்கு வந்தது. அந்தக் குரங்கு சிறுவனிடம் "எனக்குப் பசிக்கிறது. நான் சாப்பிட்டு மூன்று நாட்கள் ஆகிவிட்டன. நீ ஒரு மாம்பழம் கொடுத்தால் என் பசியைத் தீர்த்துக் கொள்வேன்" என்று கெஞ்சிக் கேட்டது.

குரங்கைப் பார்க்கப் பாவமாக இருக்கவும் ஒரு மாம்பழத்தைக் கொடுத்தான். குரங்கு மாம்பழத்தைச் சாப்பிட்டது. பழத்தைச் சாப்பிட்டு விட்டுச் சிறுவனைப் பாராட்டியது.

"பசிதாங்காமல் தவிக்கும்போது தக்க சமயத்தில் வந்து உதவினாய். உன்னை நான் என்றுமே மறக்க மாட்டேன்" என்றது.

சிறுவன் மீதமுள்ள ஒரு மாம்பழத்தை எடுத்துக் கொண்டு நடந்தான். சிறிது தூரம் நடந்ததும் ஒரு விவசாயியைப் பார்த்தான். மழை இல்லாததால் அவனுக்கு வேலை எதுவும் இல்லை. ஒட்டிய வயிறும் உலர்ந்த வாயுமாய் ஒரு மரத்தடியில் படுத்துக் கிடந்தான். சிறுவன் அந்த விவசாயியிடம் போனான். அந்தச் சிறுவனைப் பார்த்ததும் அந்த விவசாயிக்கு மகிழ்ச்சி! காரணம் அவன் கையில் ஒரு மாம்பழம் இருந்தது.

சிறுவனும் அந்த மாம்பழத்தை அந்த விவசாயிக்குக் கொடுத்தான். பசியால் இருந்த அந்த விவசாயி மாம்பழத்தை ஆசையோடு சாப்பிட்டான். சாப்பிட்டதும் அந்தச் சிறுவனுக்கு நன்றி கூறினான்.

இப்போது சிறுவன் கையில் ஒரு மாம்பழம் கூட இல்லை

சிறுவனுக்குக் குழப்பமாகிவிட்டது. இனி என்ன செய்வது? வெறும் கையோடு எப்படி முருகக் கடவுளைப் பார்ப்பது? அந்தச் சாமியார் "மாம்பழத்தை யாருக்கும் கொடுக்கக் கூடாது. நீயும் தின்னக் கூடாது" என்று கண்டிப்பாகக் கூறியிருந்தாரே? இப்போது எந்த முகத்தோடு முருகக் கடவுளைப் போய்ப் பார்ப்பது? பேசாமல் திரும்பிப் போய்விடலாம் என்று நினைத்தான்.

அப்போது ஒரு குரல் வந்தது.

"தம்பி! நீ கொடுத்த மூன்று மாங்கனிகளும் நன்றாக இருந்தது. உனக்கு என்ன வரம் வேண்டும்?"

இவன் இப்படியும் அப்படியும் திரும்பிப் பார்த்தான். ஒருவரும் இல்லை.

"தம்பி! நான் இங்கு இருக்கிறேன்" என்று திரும்பவும் குரல் வந்தது.

பார்த்தான். எதிரே இறைவன் முருகக் கடவுள். உடனே "சாமி, நான் உங்களுக்கு மாம்பழமே தர வில்லையே" என்றான்.

உடனே இறைவன் "தம்பி! எனக்கு நீ மூன்று மாம்பழங்கள் தந்தாயே, மறந்து விட்டாயா?" என்று கேட்டார்.

அந்தச் சிறுவனுக்கு ஒன்றும் புரியவில்லை. திருதிரு வென்று விழித்தான். பின்பு சிறுவன் சொன்னான்.

"உயிரோடு போராடிக் கொண்டிருந்த ஒரு கிளிக்கும், பசியால் வாடிய ஒரு குரங்குக்கும், ஒரு விவசாயிக்கும் தானே மாம்பழம் தந்தேன்" நான் என்றான்.

உடனே இறைவன் "கஷ்டப்படுகிறவர்களுக்கு உதவ வேண்டும். அதுதான் எனக்குச் செய்யும் தொண்டு. என்னைத் தேடிக் கோவிலுக்குத்தான் வரவேண்டும் என்று இல்லை தம்பி. எங்கே அன்பும் தொண்டும் இருக்கிறதோ அங்கே நான் இருப்பேன்" என்றார் இறைவன்.

சிறுவன் விழித்தான்.

உடனே இறைவன் "ஆமாம் தம்பி. நான் சொல்வது உண்மை தான். நீ எனக்கு மாம்பழங்களைக் கோவிலுக்கு கொண்டு வந்து கொடுத்திருந்தால் அந்த மாம்பழங்கள் எனக்குக் கிடைத்து இருக்காது" என்றார்.

சிறுவன் இறைவனை விழுந்து வணங்கினான்.

இறைவன் அவனுக்கு அவனுடைய நண்பனை உடனே காட்டிக் கொடுத்துவிட்டார்.

சொன்னவர்: சு. பாலசுப்பிரமணியன்

29

பழைய ஊசி தந்த பாடம்!

ஒரு சமயம் அந்த ஊருக்கு ஒரு துறவி வந்தார். அவரைப் பற்றித் தெரியாதவர்கள் யாருமே இல்லை. அவ்வளவு புகழ் படைத்தவர்.

அந்த ஊரிலியே மிகப்பெரிய பணக்காரர் ஒருவர் இருந்தார்.

அவரிடம் ஏராளமான செல்வம் இருந்தது. பணத்தால் எதையும் சாதித்து விட முடியும் என்று நினைப்பவர்.

அவர், எப்படியாவது அந்தத் துறவியை தன் வீட்டிற்கு விருந்துக்கு அழைத்து வந்து விடவேண்டும் என்று ஆசைப்பட்டார்.

அந்தத் துறவியைச் சந்தித்தார். விஷயத்தைச் சொன்னார்.

துறவியும் விருந்துக்கு வருவதாக ஒப்புக்கொண்டார்.

பணக்காரருக்கு ஒரே மகிழ்ச்சி! அந்தத் துறவி தங்கியிருந்த இடத்திற்கு பல்லக்கு அனுப்பினார்.

பல்லக்கில் வந்து துறவி இறங்கினார். பணக்காரர் துறவியை வரவேற்று தம்முடைய மாளிகைக்கு அழைத்துச் சென்றார்.

அங்கு மிகப்பெரிய விருந்து நடைபெற ஏற்பாடுகள் நடந்து கொண்டிருந்தன.

பணக்காரர் நடு நாயகமாக இருந்த ஆசனத்தில் துறவியை அமரச் செய்தார்.

‘எதையும் தம்மால் சாதிக்க முடியும் என்பதை துறவியிடம் நிரூபித்துக் காட்ட வேண்டும் என்று பணக்காரர் துடி துடித்தார்.

ஐயா! இந்த ஊரிலேயே நான்தான் மிகப் பெரிய பணக்காரன்

“என்னால் எதையும் செய்யமுடியும் உங்களுக்கு நான் ஏதாவது செய்ய ஆசைப்படுகிறேன். நீங்கள் எது கேட்டாலும் சரி. அதை என்னால் செய்து விட முடியும் அந்தப் பணக்காரரின் பேச்சைக் கேட்டு துறவி சிரித்தார்.

தன் சட்டைப் பைக்குள் கையை விட்டார். ஒரு பழைய ஊசியை எடுத்தார். அந்த ஊசியை பணக்காரரிடம் கொடுத்தார்.

பணக்காரர் மிகவும் பணிவாக அந்தப் பழைய ஊசியை பெற்றுக் கொண்டார்.

அந்தப் பழைய ஊசிக்குப் பதிலாக தங்க ஊசி ஏன் வைர ஊசி கேட்டால் கூடக் கொடுப்பதற்குத் தயாராக இருந்தார்.

துறவி சொன்னார்:

“இதோ பாருங்கள்! நீங்கள் மிகவும் வேண்டி கேட்டுக் கொண்டதால் நான் சொல்கிறேன்! எனக்கு ஒரே ஒரு உதவி மட்டும் செய்தால் போதும்!”

"நான் என்ன உதவி செய்ய வேண்டும். சொல்லுங்கள் உடனே செய்கிறேன்."

பணக்காரர் தயாராக இருந்தார்.

"இந்தப் பழைய ஊசியை பாதுகாப்பாகக் கொஞ்சகாலம் வைத்திருங்கள்."

"கொஞ்ச காலத்திற்குப் பிறகு நான் இறந்து விடுவேன். அப்புறம் நீங்களும் இறந்து விடுவீர்கள். மற்றொரு உலகத்தில் என்னைச் சந்திக்கும் போது இந்தப் பழைய ஊசியை அப்போது என்னிடம் கொடுத்து விடவேண்டும்.

துறவி இப்படிச் சொன்னதும் பணக்காரருக்கு ஒன்றும் புரியவில்லை.

"ஐயா! இறந்த பிறகு, மற்றோர் உலகத்தில் உங்களைச் சந்தித்து இந்தப் பழைய ஊசியைக் கொடுக்கச் சொல்கிறீர்களே! இது நடக்கக் கூடிய காரியமா?"

துறவி சொன்னார்:

"பணக்காரரே! சாகும் போது மிகச் சிறிய பொருளான இந்தப் பழைய ஊசியைக் கூட எடுத்துக்கொண்டு வர முடியாது என்று சொல்கிறீர்களே! அப்படியானால் எப்படி உங்களின் அளவற்ற செல்வத்தை மற்றோர் உலகத்திற்கு எடுத்து வரப்போகிறீர்கள்?"

பணக்காரர் ஒன்றும் பேசவில்லை. தலை குனிந்தார்.

"இதோ பாருங்கள்! நாம் செய்யும் நல்ல காரியங்கள்தான் கடைசிவரை நம்முடன் இருக்கும். மற்றவர்கள் நன்றாக வாழ வேண்டும் என்று பணத்தைச் செலவிடுங்கள். அப்படிச் செய்யவில்லை என்றால் நம்மிடம் பணம் இருந்தும் பயனில்லை"

துறவியின் குரல் காதுகளில் ஒலித்துக்கொண்டே இருந்தது.

சொன்னவர்: சக்தி பானு

30
அரவிந்தன் திருந்தினான்

அரவிந்தன் ஆறாம் வகுப்பு படிக்கும் மாணவன். புத்தகப் பையை எடுத்துக் கொண்டு பள்ளிக் கூடத்திற்குப் புறப்பட்டு விட்டான்.

அவன் அம்மா மதிய உணவை 'டிபன் பாக்ஸில்' வைத்து அவனிடம் கொடுத்தாள். வாங்கிக் கொண்ட அவன் "அம்மா..." என்று சொல்லி விட்டுத் தயங்கினான்.

விஷயத்தை சீக்கிரம் சொல்லும்படி அம்மா அவசரப் படுத்தினாள். அரவிந்தன் தன் வகுப்பு மாணவர்கள் அனைவரும் ஊட்டிக்கு உல்லாசப் பயணம் போகிறார்கள். அதற்குப் பணம் இருநூற்று ஐம்பது ரூபாய் கட்ட வேண்டும். அதற்குக் கடைசி நாள் இன்றுதான் என்பதைச் சொன்னான்.

இந்த மாதம் ஏராளமான செலவுகள், உறவினர் வீட்டுத் திருமணம், பள்ளிக்கூடக் கட்டணம், வீட்டுச் செலவுகள் என்று

நிறையப் பணம் செலவாகி விட்டது. அரவிந்தனின் அம்மா எப்படியோ சமாளித்துக் குடும்பத்தை நடத்திக்கொண்டு வருகிறாள்.

"இந்தத் தடவை வேண்டாம். அடுத்த முறை பார்க்கலாம்" என்று அம்மா ஒரே வார்த்தையில் சொல்லி விட்டாள்.

அரவிந்தன் முகம் வாடிவிட்டது. அவன் அப்பா வாசலில் சைக்கிளை எடுத்துக் கொண்டு வேலைக்குச் செல்ல புறப்பட்டுக் கொண்டிருந்தார்.

அரவிந்தன் அவர் அருகே சென்று நின்றான்.

"எதற்கு நிற்கிறாய் என்பது எனக்குத் தெரியும். அம்மா முன்பே இதைப் பற்றிச் சொல்லிவிட்டாள். அடுத்த முறை போகலாம்!"

"இந்த ஆண்டு நன்றாகப் படித்து முதல் வகுப்பில் வரும் வழியைப் பார்!" - கொஞ்சம் கோபத்துடன் அப்பா சொல்லி விட்டுக் கிளம்பிவிட்டார்.

அரவிந்தனுக்கு அழுகையே வந்து விட்டது. வகுப்பில் போய் எப்படி மற்ற மாணவர்கள் முகத்தில் விழிப்பது? கொஞ்சம் கொஞ்சமாக அவன் மனதில் வெறுப்பு அதிகமாகிக் கொண்டே வந்தது.

''படிப்பும் வேண்டாம்! ஒன்றும் வேண்டாம்! எங்காவது ஊரைவிட்டு ஓடிவிட வேண்டியதுதான். அப்பாவும் அம்மாவும் தேடு தேடென்று தேடட்டும்! அப்போதுதான் அவர்களுக்குப் புரியும்.''

"பம்பாய்க்கு இரயிலேறிப் புறப்பட வேண்டும்" என்று முடிவு செய்துவிட்டான்.

நடந்து வந்த பாதையில் ஒரு ஓரமாக குப்பைத் தொட்டி இருந்தது. அதைப் பார்த்தான்

தன் தோளில் மாட்டியிருந்த பையை எடுத்தான். அதில் இருந்த புத்தகங்கள், நோட்டுப் புத்தகங்கள் எல்லாவற்றையும் தூக்கிக் குப்பைத் தொட்டியில் வீசிவிட்டான்.

சாப்பாடு இருந்த டிபன் பாக்ஸை மட்டும் பையில் வைத்துக் கொண்டு நடக்க ஆரம்பித்தான்.

அம்மா அவனுக்குக் கொடுத்த ஐந்து ரூபாய் அவனிடம் இருந்தது.

பஸ் ஏறி சென்ட்ரல் இரயில் நிலையம் போய்விட்டால் போதும். அப்புறம் இரயிலேறி பம்பாய் போய்விடலாம்.

இப்படி நினைத்துக் கொண்டே வேகமாக நடக்க ஆரம்பித்தான். "அரவிந்தன்... அரவிந்தன்" என்று யாரோ கூப்பிடும் சத்தம் கேட்டது. திரும்பிப் பார்த்தான்.

ஒரு பையன் இவனை நோக்கி ஓடி வந்து கொண்டிருந்தான். அரவிந்தன் நின்றுவிட்டான். ஓடிவந்த பையன் அவன் அருகில் வந்து நின்றான். அவனுக்கு மூச்சு வாங்கியது.

அரவிந்தன் அந்தப் பையனைப் பார்த்தான். தலையில் கொஞ்சம் கூட எண்ணெய் இல்லாமல் தாறுமாறாகக் கலைந்து கிடந்தது. அவன் முகத்தில் வியர்வை வழிந்து கொண்டிருந்தது. போட்டிருந்த அழுக்குச் சட்டையில் வியர்வை ஊறி உடலோடு ஒட்டிக் கிடந்தது. அங்கங்கே கிழிசல்கள் வேறு; ஒரு கையில் கோணிப்பை. அதில் குப்பைக் காகிதங்கள் நிறைந்து போய் வெளியே நீட்டிக் கொண்டிருந்தன.

இன்னொரு கையில் அரவிந்தன் தூக்கி எறிந்த புத்தகங்கள், நோட்டுப்புத்தகங்கள்.

"ஓ" குப்பைக் காகிதம் பொறுக்கும் பையனா? அரவிந்தனுக்குக் குப்பைக் காகிதம் பொறுக்கும் பையன்களைக் கண்டால் பிடிக்காது.

அவனைப் பார்த்து முகம் சுளித்தான். பழைய காகிதங்களிலிருந்து வரும் ஒரு விதமான நாற்றம், அந்தப் பையனின் உடலிலிருந்து வீசிய வியர்வை நாற்றம் இரண்டும் சேர்ந்து மூக்கைத் துளைத்தது. அவன் மூக்கை மூடிக் கொண்டான்.

“இவன் ஏன் என்னைத் தேடி வந்தான்? என் பெயர் எப்படித் தெரிந்தது?”. - அரவிந்தன் மனதிற்குள் ஒரே குழப்பம்.

நடந்தது இதுதான்.

குப்பைத் தொட்டியின் ஒரு புறத்தில் கீழே உட்கார்ந்து பழைய காகிதங்களைப் பொறுக்கி கோணியில் போட்டுக் கொண்டிருந்தான். குப்பைத் தொட்டியில் ஏதோ விழும் ஓசை கேட்டு அந்தப் பையன் எழுந்து பார்த்தான். தொட்டிக்குள் விழுந்து கிடந்த புத்தகங்களையும் நோட்டுப் புத்தகங் களையும் வேகமாக வாரி எடுத்தான்.

எல்லாம் புத்தம் புதிதாக இருக்கிறதே! யார் போட்டது என்று சுற்றும் முற்றும் பார்த்தான். அவசரமாக ஒரு புத்தகத்தை உள்ளே பிரித்துப் பார்த்தான் 'அரவிந்தன்' என்று பெயர்

அழகாக எழுதியிருந்தது.

தூரத்தில் ஒரு பையன் புத்தகப் பையுடன் வேகமாகப் போவதைப் பார்த்து விட்டான். அவனிடம் (அரவிந்தனிடம்) புத்தகம், நோட்டுப் புத்தகங்களையெல்லாம் கொடுப்பதற் காகத்தான் ஓடி வந்தான்.

இந்த விபரங்களையெல்லாம் அரவிந்தனிடம் அந்தப் பையன் சொன்னான்.

“பம்பாய்க்குப் புறப்படும் இந்த நேரத்தில் இவன் வேறு வந்து இடையூறு செய்கிறானே.”

அரவிந்தனுக்கு ஒரே கோபம்!

“குப்பைக் காகிதம் பொறுக்குகிறவன் தானே நீ! நான் தான் அந்தக் குப்பைத் தொட்டியில் இந்தப் புத்தகம், நோட்டுப் புத்தகமெல்லாம் போட்டு விட்டேனே. அதை எடுத்துக் கொண்டு போக வேண்டியதுதானே. இதை என்னிடம் திருப்பிக் கொடுக்க ஏன் நீ வந்தாய்?" - சத்தம் போட்டுக் கத்தினான்.

“உன்னை மாதிரி நானும் பள்ளிக்கூடத்தில் படித்தவன் தான். என் சொந்த ஊர் மதுரை. போன வருஷம் ஆறாம் வகுப்பு படித்துக் கொண்டிருந்தேன்.

“ஒரு நாள் என் அப்பாவிற்குத் தெரியாமல் அவருடைய சட்டைப் பையிலிருந்து ஐந்து ரூபாய் திருடிவிட்டேன், நண்பர்களுடன் சேர்ந்து தின்பண்டங்கள் வாங்கிச் சாப்பிட்டேன்.”

“என் அம்மாவும் அப்பாவும் என் மேல் மிகுந்த பிரியம் உடையவர்கள். நான் என்ன கேட்டாலும் வாங்கித் தந்து விடுவார்கள். ஆனால் என் அப்பாவிற்கு ஒரே ஒரு விஷயம் மட்டும் பிடிக்கவே பிடிக்காது. அது திருடுவதுதான்.

“வீட்டிற்குப் போனால் அப்பா செம்மையாக உதைத்து விடுவார் என்று பயந்து போய் சொல்லாமல் கொள்ளாமல் ரயிலேறி ஊரை விட்டு ஓடி வந்துவிட்டேன்.

“சென்னையில் இரண்டு நாட்களாக எதுவும் சாப்பிடாமல் சுற்றித் திரிந்தேன்.

“ஒரு நாள் பசி தாங்காமல் அழுது கொண்டிருந்தேன்.

‘‘நான் அழுவதைப் பார்த்த என்னைப் போல குப்பைக் காகிதம் பொறுக்கும் ஒரு பையன் என்னைக் கூட்டிக் கொண்டு போய் சாப்பாடு வாங்கிக் கொடுத்தான். அதோடு இந்தத் தொழிலையும் கற்றுக் கொடுத்தான்.

“எவ்வளவு கஷ்டப்பட்டு பணம் சம்பாதித்து உன் பெற்றோர்கள் இந்தப் புத்தகங்களையெல்லாம் வாங்கிக் கொடுத்திருப்பார்கள். படிக்கிற பையன் நீ. புத்தகங்களை யெல்லாம் குப்பைத் தொட்டியில் போடலாமா?’’ என்று அந்தப் பையன் அரவிந்தனைப் பார்த்துக் கேட்டான்.

குப்பைக் காகிதம் பொறுக்கும் பையன் என்று தான் கேவலமாக நினைத்த அந்தப் பையன் தன்னைப் போலவே படித்த பையன் என்பதையும், நல்ல குடும்பத்தைச் சேர்ந்தவன் என்பதையும் தெரிந்தவுடன் அரவிந்தன் அதிர்ச்சி அடைந்து விட்டான்.

அவன் மனதில் அவனையுமறியாமல் பயம் தோன்ற ஆரம்பித்து விட்டது.

"ஐந்து ரூபாய் திருடி வீட்டைவிட்டு ஓடிவந்து தமிழ் பேசும் சென்னையிலேயே இவ்வளவு கஷ்டம் என்றால், என்ன பேசுகிறார்கள் என்று எதுவுமே புரியாத பம்பாய்க்குச் சென்றால் தன் நிலைமை எவ்வளவு மோசமாகும்?" பயங்கரமான கனவுகள் போல பல கற்பனைகள் அவன் மனதில் தோன்றின.

குப்பைக் காகிதம் பொறுக்கிய அந்தச் சிறுவன் கொடுத்த புத்தகங்களை வாங்கிக் கொண்ட அரவிந்தன், அழுக்குப் படிந்த அந்த இரண்டு கைகளையும் நன்றியோடு இறுகப் பிடித்துக் கொண்டான்.

சொன்னவர்: சக்தி பானு

31

ஆடும்-சிறுவனும்...

ஒரு ஊரில் ஒரு அம்மா அப்பா இருந்தார்கள். அவர்கள் மிகவும் ஏழை. அவர்களுக்கு ஒரு மகன்.

அவர்கள், அவனைப் படிக்க வைக்கவில்லை. ஆடுமேய்க்க அனுப்பினார்கள்.

அவனும் ஆடு மேய்க்கப் போனான். தினசரி காலையில் ஆடுமேய்க்கக் கிளம்பிவிடுவான்.

ஆடுகளை காட்டுக்கு ஓட்டிக்கொண்டு போவான்.

ஆடுகள், இலை தலைகளைத் தின்னும். இவன் மரத்தடியில் உட்கார்ந்து கொள்வான். மதியம் தோட்டத்தில் ஏதாவது பழங்களைப் பிடுங்கித் தின்பான். அதுதான் அவன் மதிய உணவு.

மாலை ஆடுகளை வீட்டிற்கு ஓட்டிக் கொண்டு வந்துவிடுவான்.

வீட்டிற்கு வந்தால் அம்மா சோறு போடுவாள்.

வீட்டில் ஒரு நேரம்தான் சாப்பாடு. மற்ற நேரம் எல்லாம் பட்டினிதான்

மகன் சாப்பிட்டு விட்டுப் படுத்து விடுவான், இப்படியே தினசரி நடந்தது.

ஒரு நாள் அவனுக்கு ஒரு சோதனை வந்தது!

அவன் ஆடு மேய்க்கும் ஆடுகளின் முதலாளி அவனைக் கூப்பிட்டு அனுப்பினார். போனான். “இனிமேல் நீ ஆடு மேய்க்க வேண்டாம். நான் ஆடுகளை எல்லாம் விற்கப் போகிறேன்” என்றார்.

இவனுக்கு மிகவும் வருத்தம். முதலாளியிடம் வேறு வேலை ஏதாவது இருக்குமா என்று கேட்டான். அவர் அந்த “இருக்கிறவர்களுக்கே வேலை இல்லை. உனக்கு நான் என்ன வேலை தரட்டும்” என்று கூறிவிட்டார்.

வருத்தத்தோடு வீடு திரும்பினான். மகனுக்கு வேலை போய்விட்டது என்றதும் அம்மாவுக்கும், அப்பாவுக்கும் வருத்தம்.

ஒரு வேளையாவது நிம்மதியாகக் குடித்துக் கொண்டு இருந்த கஞ்சிக்கு கேடு வந்துவிட்டதே என்று நினைத்தனர். இருந்தாலும் மனம் தளரவில்லை.

மகனை அழைத்துக் கொண்டு இன்னொரு முதலாளி வீட்டிற்குப் போனாள் அவன் அம்மா. அந்த முதலாளியும் வேலை இல்லை என்று கூறிவிட்டார்.

இப்படிப் பலரிடமும் அழைத்துக்கொண்டு போனாள், ஒருவரும் அவள் மகனுக்கு வேலை தரவில்லை. மகனுக்கும் மிகவும் வருத்தமாக இருந்தது. தினசரி காட்டுக்குப் போவான். முன்பு ஆடு மேய்க்கும் போது ஒரு மரத்தடியில் உட்காருவானே, அங்கு போய் உட்கார்ந்து கொள்வான். சாயுங்காலம் வீடு திரும்புவான். சாப்பிடுவான். தூங்கி விடுவான். இப்படியே தினசரி நடந்தது!

ஒருநாள் -

அவனை அவன் அம்மா திட்டிவிட்டாள். "இப்படியே ஊர் சுற்றிக் கொண்டு திரிந்தால் சாப்பாடு கிடைக்குமா? ஒரு வேலை தேடிக்கக் கூடாதா?" என்றாள். இவனுக்கு இது வருத்தமாகி விட்டது. அம்மா திட்டியதை நினைத்துக் கவலைப்பட்டான்.

அவனுக்கு உயிர்வாழப் பிடிக்கவில்லை. செத்துப்போக வேண்டும் என்று முடிவு செய்து விட்டான். எப்படிச் சாவது என்று தான் முடிவு செய்ய முடியவில்லை. யோசித்தான்.

அவனுக்கு ஒரு யோசனை வந்தது. அவன் ஆடு மேய்த்த காட்டில் ஒரு கிணறு உண்டு. அந்தக் கிணற்றில் விழுந்து சாகலாம் என்று முடிவு செய்தான்.

அதன்படியே காட்டுக்குப் போனான்.

அந்தக் கிணற்றில் விழப் போனான். அப்போது ஒரு காட்சியைப் பார்த்தான். கிணற்றை ஒட்டி ஒரு மரம் உண்டு, மிகவும் குட்டிமரம். ஒரு ஆடு அந்த மரத்தின் இலைகளைத் தின்பதற்காக முன்னங்கால்களைத் தூக்கித் தாவிக் கொண்டிருந்தது.

அப்போது தவறி கிணற்றுக்குள் விழ இருந்தது. உடனே இவன் ஓடிச்சென்று காப்பாற்றி விட்டான்.

உடனே அந்த ஆடு சொன்னது. "தம்பி, நீ பல்லாண்டு வாழ்க" என்று வாழ்த்தியது.

அவன் வாய்விட்டுச் சிரித்தான்.

உடனே ஆடு "ஏன் சிரிக்கிறே?" என்று கேட்டது.

"ஒரு நிமிசம் தாமதித்திருந்தால் நான் கிணற்றில் விழுந்து செத்திருப்பேன்."

"நீ என்னடா என்றால் என்னை 'பல்லாண்டு வாழ்க' என்று வாழ்த்துகிறாய். அதான் எனக்குச் சிரிப்பு வந்துவிட்டது" என்றான்.

உடனே ஆடு அவனிடம் கேட்டது:

"நீ ஏன் சாகவேண்டும் என்று முடிவு செய்தாய்?" என்று கேட்டது.

"நான் உயிர் வாழ்ந்து என்ன பயன்? பூமிக்குப் பாரமா?" என்றான்.

உடனே ஆடு சொன்னது:

"வாழ்ந்து என்ன பயன் என்று கேட்காதே. ஒரு நிமிசம் வாழ்ந்ததால் என் உயிரைக் காப்பாற்றி விட்டாய்! இன்னும் பல ஆண்டு வாழ்ந்தால் இன்னும் எத்தனை உயிர்களுக்கு உதவியாய் இருப்பாய்?" என்று கூறியது.

உடனே அவன் "எனக்கு இதில் நம்பிக்கை இல்லை" என்றான்.

அந்த ஆடு சொன்னது: வாழ்க்கையில் நம்பிக்கை வேண்டும்.

"என் முதலாளி என்னை நாளை கறிக் கடைக்கு விற்கப் போகிறார். நாளை மதியம் என்னை வெட்டிவிடுவார்கள். நான் செத்துவிடுவேன். இது உறுதி. ஆனாலும் நான் நம்பிக்கை இழக்கவில்லை."

"உயிரோடு இருக்கும் வரை நம்பிக்கையோடு இருப்போம்" என்றது.

அவன் அந்த ஆட்டினைப் பார்த்தான்.

அது தன் முன்னங்கால்களைத் தூக்கி மரக்கிளையில் இரை தேட முயற்சி செய்துகொண்டிருந்தது.

சொன்னவர்: சு. பாலசுப்பிரமணியன்

32

ஓவியரின் தந்திரம்

மகேந்திரன் மிகப் பிரபலமான ஓவியர். அவர் வரைந்த படங்களைப் பார்த்தவர்கள் அப்படியே தன்னை மறந்து போய் வெகுநேரம் நின்றுவிடுவார்கள். அவ்வளவு அற்புதமாக இருக்கும்.

ஒரு அருவியை அவர் வரைந்தார் என்றால் அவ்வளவு தான்! அதைப் பார்க்கும்போது நாம் அருவியை அப்படியே நேரில் பார்ப்பதுபோல இருக்கும்.

அருவியிலிருந்து கொட்டுகின்ற நீரில் நாம் போய் குளித்தால் என்ன என்று நம்மை நினைக்க வைக்கும்.

இயற்கைக் காட்சிகள், படங்கள் மட்டுமல்ல; ஒருவரை நேரில் பார்த்து வரைவதிலும் மிகவும் கெட்டிக்காரர்.

எங்கெல்லாமோ இருந்து அவரிடம் வந்து படங்களை விலை கொடுத்து வாங்கிக் கொண்டு போவார்கள்.

அது மட்டுமல்ல. பல பெரிய பணக்காரர்கள் தங்களைப் போலவே வரைந்து கொடுக்கச் சொல்லி அவரிடம் வருவார்கள்.

காரணம் இல்லாமலா அவர்கள் வருவார்கள். ஒரு மனிதரை மகேந்திரன் வரைந்தார் என்றால் அந்த மனிதர் அப்படியே கொஞ்சமும் மாறாமல் தத்ரூபமாக நின்றுகொண்டிருப்பது

போல படம் இருக்கும்.

சாதாரணமாக ஒருவரை நேரில் பார்த்துப் படம் வரைவதற்கு அவர் ஒப்புக்கொள்வதில்லை. பலமுறை அவரிடம் வந்து வரையச் சொல்லிக் கேட்டால்தான் படம் வரைய ஒப்புக் கொள்வார்.

இப்படித்தான் ஒருநாள் ஒரு பெரிய பணக்காரப் பெண் மகேந்திரனின் ஓவியக் கூடத்திற்கு வந்தாள். வரும்போதே பெரிய ஆரவாரத்துடன் வந்தாள்.

மகேந்திரன் அவசர வேலையாகப் புறப்பட்டுக் கொண்டு இருந்தார். அவரிடம் நேராகப் போய் "என்னைப் போல் அப்படியே அச்சாக ஒரு படம் வரைந்து கொடுக்க வேண்டும். அதற்கு எவ்வளவு பணம் வேண்டுமானாலும் நான் தருகிறேன்" என்று சொன்னாள்.

மகேந்திரன் அந்தப் பணக்காரப் பெண்ணைப் பார்த்தார். நகைக் கடையே அங்கு வந்து நிற்பது போல அவள் அவ்வளவு நகைகளை அணிந்து வந்திருந்தாள்.

கொஞ்சமும் நாகரிகம் இல்லாமல் "உடனே எவ்வளவு பணம் வேண்டும். தருகிறேன்" என்று அவள் சொன்னது ஓவியருக்குப் பிடிக்கவில்லை.

அவருக்கு அவளின் படம் வரைந்து கொடுக்கக் கொஞ்சமும்

இஷ்டம் இல்லை. அவளை எப்படியும் அங்கிருந்து அனுப்பியாக வேண்டுமே!

ஓவியர் அவளைப் பார்த்துச் சொன்னார்.

"உங்களைப் படம் வரைவதற்கு; அதுவும் இவ்வளவு நகைகளோடு வரைவதற்கு ஏராளமான பணம் நீங்கள் தரவேண்டும். அது உங்களால் முடியாது.

பணக்காரப் பெண்மணிக்குக் கோபம் வந்துவிட்டது.

"நீங்கள் எவ்வளவு பணம் என்று மட்டும் சொல்லுங்கள். நான் அதைத் தருகிறேன்." என்று அவரிடம் சொன்னாள்.

வேறு வழியில்லை. ஓவியர் மகேந்திரன், வழக்கமாக வாங்கும் பணத்தை விட மூன்று மடங்கு அதிகப் பணம் கேட்டார். உடனே அவள் முழுத் தொகையையும் அப்போதே கொடுத்து விட்டாள்.

ஒரு வாரம் வரை ஓவியர் கடுமையாக இரவும் பகலும் வேலை செய்தார். படம் மிகவும் பிரமாதமாக அமைந்து விட்டது.

அந்தப் பணக்காரப் பெண்மணியே உயிர் பெற்று வந்து நிற்பதுபோல அவ்வளவு தத்ரூபமாக இருந்தது.

படத்தைப் பெற்றுக்கொள்வதற்கு அந்தப் பணக்காரப் பெண் வந்தாள். வழக்கம்போல ஆரவாரத்துடன் தான் வந்தாள்.

ஓவியர் மகேந்திரன் அந்தப் பணக்காரப் பெண்ணை படம் இருந்த அறைக்கு அழைத்துச் சென்றார்.

படத்தை அவள் வெகுநேரம்வரை பார்த்துக்கொண்டு இருந்தாள்.

கடைசியாக அவள் சொன்னாள்.

"படத்தைப் பார்த்தால் என்னைப் போலத்தான் தெரிகிறது. ஆனால் இந்தப் படம் எனக்கு அவ்வளவாகப் பிடிக்கவில்லை"- அவள் இப்படிச் சொன்னதும் ஓவியர் அதிர்ந்து போய்விட்டார். இதுவரை யாரும் அவர் வரைந்த படத்தை குறையே சொன்னது கிடையாது.

ஆனால் இவள் இப்படிச் சொல்கிறாளே!

"இந்தப் படத்தில் அப்படி என்ன குறை உங்களுக்குத்

தெரிகிறது?" என்று ஓவியர் அவளிடம் கேட்டார்.

"இதோ! இந்த நாய்க்குட்டி இருக்கிறதே இது மிகவும் அறிவுள்ளது. நான் வெளியே போய்விட்டு வந்தால் உடனே என்னையே சுற்றிச் சுற்றி வரும்.

"ஆனால் இந்தப் படத்தைப் பார்த்து விட்டு நாய் ஒன்றுமே செய்யவில்லையே. இந்த நாய்க்கே என்னை அடையாளம் தெரியாத அளவிற்கு இந்தப் படம் இருக்கிறது. அதுதான் இந்தப் படத்தின் ஒரு பெரிய குறை, என்று அந்தப் பணக்காரப் பெண் சொன்னாள்.

ஓவியருக்கு இதைக் கேட்டதும் பயங்கரக் கோபம் வந்து விட்டது. ஆனாலும் அதை அடக்கிக் கொண்டார். தலைக் கனம் பிடித்த அந்தப் பணக்காரப் பெண்ணுக்கு சரியான பாடம் கற்றுக் கொடுக்க வேண்டும் என்று நினைத்தார். "பரவாயில்லை. நீங்கள் சொன்ன அந்த குறையை நான் சரிசெய்து விடுகிறேன். ஒரு வாரம் கழித்து வாருங்கள்! அப்போது வந்து பாருங்கள்" என்று அவளிடம் சொன்னார் ஓவியர்.

"நாய்க்குப் படம் பிடித்திருந்தால் தான் அவள் படத்தை வாங்கிக்கொள்வாள். இதற்கு என்ன செய்வது" என்று பல நாள் யோசித்தார்.

திடீரென்று ஒரு யோசனை ஓவியருக்குத் தோன்றியது.

பணக்காரப் பெண் படம் வாங்க வரும் நாள் வந்து விட்டது.

அன்று காலையில் ஆட்டின் மாமிசம் விற்கும் கடைக்குப் போனார். கொஞ்சம் ஆட்டு மாமிசம் வாங்கினார்.

இன்னும் கொஞ்ச நேரத்தில் அந்தப் பணக்காரப் பெண் வந்துவிடுவாள்.

ஓவியர் அந்தப் பணக்காரப் பெண்ணின் படத்தில் தான் வாங்கிய ஆட்டு மாமிசத் துண்டை நன்றாகத் தேய்த்துத் தடவி விட்டார்.

வழக்கம்போல அந்தப் பணக்காரப் பெண் ஆடம்பரத்துடனும் ஆரவாரத்துடனும் வந்தாள்.

அவளோடு வந்த நாய் வேகமாக வாலை ஆட்டிக் கொண்டே அந்தப் பெண்ணின் படத்திற்கு அருகே சென்றது. படத்தை நாவால் நக்கியது.

இதைப் பார்த்த பணக்காரப் பெண் ஆச்சரியப்பட்டு விட்டாள். "ஓவியரே! நீங்கள் வரைந்த படம் மிகவும் அற்புதம்! நான் எதிர்பார்த்ததை விட என்னுடைய படம் மிகவும் நன்றாக இருக்கிறது" என்று அவரைப் பாராட்டினாள்.

ஓவியர் மகேந்திரன் இப்போது தனக்குள்ளேயே சிரித்துக் கொண்டார்.

சொன்னவர்: சக்திபானு

33
நரியும் வெள்ளாடும்

ஒரு காட்டில் மான் பிடிக்கும் குறவர்கள் குழி வெட்டி இருந்தார்கள். அந்தக் குழியில் ஒரு நரி விழுந்துவிட்டது.

நரிக்குக் குழியை விட்டு வெளியே வரமுடியவில்லை. எவ்வி எவ்விக் குதித்தது. குழியின் முக்கால்வாசிக்கு மேல் தாவ முடியவில்லை. எதன் மேலாவது ஏறித் தாவி வெளி யேறலாமே தவிர, சும்மா குதிப்பதால் பலனில்லை என்பது நரிக்குப் புரிந்துவிட்டது.

எனவே, நரி குழிக்குள் இருந்து மேலே அண்ணாந்து யாரும் வருகிறார்களா என்று பார்த்தவாறிருந்தது. குழிக்குள் பெய்திருந்த மழை நீர் காலில் 'ஜில்'லென்று குளிர்ச்சியூட்டியது நரிக்கு எரிச்சலைத் தந்தது. மேலே யாரோ வருவது மாதிரித் தெரிந்ததும் நரி குனிந்து பாசாங்கு செய்யத் தொடங்கியது.

"ஆகா! அற்புதம்! தேவாமிர்தம்! அடடா!" என்று முனகிக் கொண்டு வாயைச் சப்புக் கொட்டியது. மேலேயிருந்து குழிக்குள் எட்டிப் பார்ப்பது யார் என்பதுகீழே கிடக்கும் மழைத்தண்ணீரில் நிழல் பூச்சியாய் நரிக்குத் தெரிந்தது.

மேலே ஒரு வெள்ளாடு வந்து எட்டிப் பார்த்துக் கொண்டிருக்கிறது என்பதை நரி தலை குனிந்த நிலையிலேயே கண்டுகொண்டது. உடனே அது தனக்குத் தானே பேசிக் கொள்வது போல.

“நல்ல வேளை; வேறு யாருக்கும் கிடைக்காத அதிர்ஷ்டம் நமக்குக் கிடைத்தது! நூறு வருஷத்துக்கு இளமை மாறாமல் வாழ எனக்கு மட்டும்தான் கொடுத்து வைத்திருக்கிறது!” என்று சொல்லி, அந்த மழைத் தண்ணீரை ஒரு வாய் குடித்து நிமிர்ந்தது.

மேலே நின்று இதைக் கவனித்துக் கொண்டிருந்த ஆடு, நரியைப் பார்த்து, “என்ன அதிசயத்தைக் கண்டுவிட்டு இப்படிப் புலம்புகிறாய்?” என்று கேட்டது.

ஆட்டை இப்போதுதான் கவனித்த மாதிரி நரி, “அடடே! நான் புலம்பியதை நீ கேட்டுவிட்டாயா? சரி சரி, நீயும் நானும் ஒரே காட்டில் வாழ்கிறோம். உனக்கு உதவி செய்தால் எனக்குப் புண்ணியம் தான்” என்ற பீடிகையுடன் நரி ஒரு பொய்யை அழகாகக் கற்பனை செய்து சொன்னது.

“இங்கே பார் நண்பா. இது பரம ரகசியம். வேறு யாரிடமும் சொல்லிவிடாதே. ஒரு முனிவர் நூறு வருடமாய் இளமையாகவே இருக்கிறார். அதற்குக் காரணம் என்ன என்று நான் ஒளிந்திருந்து கவனித்தேன்.

“ஒரு தேவலோக நீரூற்று பூமியில் ஒரே ஒரு இடத்தில் இருப்பதாகவும், அதை ஆண்டுக்கு ஒரு முறை குடிப்பதால் நூறு வருஷங்களுக்கு இளமையாக இருப்பதாகவும் அவர் சொல்லிக் கொண்டிருந்தார். அந்த தேவலோக நீரூற்று இது

தான். வா! வந்து நீயும் ஒரு வாய் குடித்துப் பார். உன் தாடி எல்லாம் மறைந்துவிடும். நூறு வருஷங்களுக்கு இளமையுடன் இருப்பாய். வா நண்பா!" என்று அன்புடன் அழைத்தது நரி.

வெள்ளாடு தாடி அசையச் சிரித்தது.

நரிக்கு ஒன்றும் புரியவில்லை. "ஏன் சிரிக்கிறாய்?" என்று கேட்டது நரி.

ஆடு விவரமான ஆடு. நரியை நோக்கிச் சிரித்தவாறே அது சொன்னது:

"குழிக்குள் தவறி விழுந்துவிட்டாய். மேலே வர முடியவில்லை. என்னைக் கீழே இறக்கி, என் முதுகில் ஏறித் தாவி வெளியேற இப்படி சூழ்ச்சி செய்கிறாய், தேவலோக ஊற்று... நூறு வருஷ இளமை என்று ஏன் இல்லாத பொய்யெல்லாம் சொல்கிறாய்? நீ வெளியே வருவதற்கு என்னை உதவிக்கு அழைத்தால் உன் சிக்கலைத் தீர்க்க நான் உதவலாம். நீ என்னை ஏமாற்ற நினைத்தால் நான் எதற்கு உனக்கு உதவ வேண்டும்? வருகிறேன்!" என்று கிளம்பியது.

"ஆடு நண்பா! நில் நில்!" நரி கத்தியதைக் கேட்டு ஆட்டுக்கும் போக மனமில்லை. நின்றது.

ஆடு "நண்பா! என் சிக்கலைச் சரியாகச் சொல்லிவிட்டாய். நீ சொன்னது தான் நியாயம். நான் உன்னை ஏமாற்ற நினைத்தேன். மன்னித்துவிடு. எனக்கு உதவி செய்!" என்று நரி கெஞ்சியது.

'அப்படி வா வழிக்கு' என்று நினைத்த ஆடு அங்குமிங்கும் பார்த்தது. ஒடிந்த மரக்கிளைகள் கிடந்தன. அவற்றை ஒவ்வொன்றாய் இழுத்துக் குழிக்குள் போட்டது. போதிய அளவு குச்சிகள் விழுந்ததும் நரி அதில் எறித் தாவி வெளியே வந்தது. ஆட்டை நன்றியோடு வணங்கியது.

"இங்கே பார். யாருக்கும் ஆபத்து வருவது சகஜம், அடுத்தவனை இழுத்துவிட்டுவிட்டு நாம்மட்டும் தப்பிக்க வேண்டும் என்று நினைக்காதே. நமக்கு வந்த சிக்கலை அடுத்தவரிடம் சொல்ல வேண்டும். அப்போதுதான் உதவி கிடைக்கும். எப்போதும் நாம் வாழ அடுத்தவரை ஏமாற்ற நினைக்காதே" என்று அறிவுரை கூறி அனுப்பியது ஆடு.

சொன்னவர்: வெ.மு. ஷாஜகான்கனி

34

காகமும் கருநாகமும்

காட்டில் ஒரு மரத்தில் காக்கைத் தம்பதிகள் கூடுகட்டி இன்பமாய் வாழ்ந்து வந்தன. பெண் காக்கை முட்டையிடத் தொடங்கியது. வாரிசு வரப்போகும் மகிழ்ச்சியில் ஆண் காக்கையும் பெண் காக்கையும் ஆடிப்பாடிக் களித்தன.

அந்த மரத்தடியில் ஒரு கருநாகம் குடியிருந்தது. முட்டையின் வாசம் கருநாகத்தின் மூக்கிற்கு எட்டியது. காக்கைகள் இரைதேடப் போன சமயம், மரத்தில் ஏறி முட்டையை உடைத்துக் குடித்தது கருநாகம்.

இரை தேடி உண்டு திரும்பிய காக்கைகளுக்குப் பேரதிர்ச்சி! முட்டைகளை யாரோ உடைத்துக் குடித்திருக்கிறார்களே!' என்று புலம்பின.

மறுநாளும் பெண் காக்கை முட்டையிட்டது. முன்போலவே கருநாகம் முட்டையைத் திருட்டுத்தனமாகக் குடித்துச் சென்றது. காக்கைத் தம்பதிகளுக்கு இது பெரும் பிரச்சனையாகி விட்டது.

ஆண் காக்கை தன் நண்பனான நரியைச் சந்தித்தது. நடந்த விசயங்களை நரியிடம் சொன்னது. அந்த நாகத்தை எப்படி விரட்டுவது என்று யோசனை கேட்டது.

நரியின் மூளை வேகமாக வேலை செய்தது. "நண்பா! ஒரு வழி இருக்கிறது. நான் சொல்கிறபடி செய்வாயா?" என்று நரி கேட்டது.

“நீ சொல்கிற யோசனை நியாயமானது என்றால் அதன்படி செய்கிறேன்” என்று பதில் சொன்னது காகம்.

நரி சொல்லத் தொடங்கியது: “இங்கே பார். பக்கத்து ஊரில் அரண்மனை இருக்கிறது. பட்டத்து ராணி தினமும் காலையில் அரண்மனைக்குள் இருக்கும் தெப்பக்குளத்தில் நீராடுவாள். அவள் அணிந்துள்ள விலை உயர்ந்த வைர மாலையைக் கழற்றிக் கரையில் வைத்துவிட்டுத் தான் குளிப்பாள். அந்த நேரம் பார்த்து நீ வைரமாலையைத் திருடிக் கொண்டு மேலே பற. காவலர்கள் உன்னை விரட்டுவார்கள்.

“அவர்கள் உன்னைத் தொடர்ந்து வரும் வேகத்தில் அவர்கள் கண்ணில் படும்படியாகவே நீ பறந்து வா. நீ குடியிருக்கும் மரத்துக்கு அவர்களை அழைத்து வந்துவிடு. அவர்கள் பார்க்கும்படியாக அந்த வைர மாலையைப் பாம்புப் புற்றுக்குள் போட்டுவிடு. அவர்கள் பாம்புப் புற்றைச் சிதைப்பார்கள். அந்தக் கருநாகம் வெளிப்படும். அப்போது காவலர்கள் அதைக் கொன்றுவிட்டு வைரமாலையை எடுத்துச் செல்வார்கள்! எப்படி என் திட்டம்.”

நரியின் மதிநுட்பத்தை வியந்து கேட்டுக் கொண்டிருந்த காகம் அதிர்ந்து அமைதியானது. ஆழ்ந்த யோசனையில் மூழ்கியது.

“என்ன நண்பா! நான் சொல்கிறபடி செய்தால் உன் சிக்கல்

தீர்ந்துவிடும். செய்வாயா?" என்று காகத்தைக் கேட்டது நரி.

"நீ சொல்கிறபடி செய்தால் என் சிக்கல் தீர்வது உறுதி தான். ஆனால், நான் அப்படிச் செய்யப் போவதில்லை!" என்று உறுதியுடன் பதிலளித்தது காகம்.

"ஏன்?" என்று கேட்டது நரி.

காகம் பதில் சொன்னது. "நண்பா! நீ சொல்லித் தந்த வழியில் நான் நடப்பதானால்... முதலில் வைரமாலையைத் திருட வேண்டும். பிறகு, அந்தக் கருநாகத்தைக் காவலர்களை வைத்துக் கொலை செய்ய வேண்டும்".

"திருடுவதும் கொலை செய்வதும் பெரும் பாவம்! இந்தப் பாவச் செயலைச் செய்வதை விட, நானும் என் மனைவியும் வேறு இடத்திற்குக் குடிபெயர்ந்து போவதே நல்லது! உன் யோசனைக்கு நன்றி, வருகிறேன்" என்று சொல்லிவிட்டுப் பறந்து ஆண் காகம்.

இப்போது அந்தக் காக்கைத் தம்பதிகள் வெகுதூரத்தில் ஒரு வேப்பமரத்தில் கூடு கட்டி முட்டையிட்டுக் குஞ்சு பொரித்துச் சுகமாக வாழ்கிறார்கள். அந்தக் கருநாகம் முட்டை திருடுவதற்கு வழியின்றி, திருட்டுப் பழக்கமே இல்லாமல் நல்ல பாம்பாய் வாழ்ந்து வருகிறதாம்!

சொன்னவர்: வெ.மு. ஷாஜகான்கனி

35
குரங்கும் முதலையும்

ஒரு ஆற்றங்கரையில் ஒரு நாவல் மரம், நாவல் மரத்தில் ஒரு குரங்கு வாழ்ந்து வந்தது. நாவல் பழங்கள்தான் அதற்கு உணவு. நாவல் பழங்களின் சுவையில் மயங்கி அந்தக் குரங்கு அந்த மரத்திலேயே நிரந்தரமாகத் தங்கிவிட்டது.

ஒரு நாள் ஒரு முதலை கரையில் ஒதுங்கியது. முதலைக்குக் கடுமையான பசி. பசியின் களைப்பு முதலையின் கண்களில் தெரிந்தது. குரங்கு அதைக் கவனித்தது. முதலையின் மேல் அதற்கு இரக்கம் சுரந்தது.

முதலையுடன் பேச்சுக் கொடுத்தது குரங்கு. "நண்பரே! பசியால் சோர்ந்து போனீரா? நாவல் பழம் தருகிறேன். சாப்பிடுகிறீரா?" என்று விசாரித்தது. முதலைக்கு ஆனந்தம். "நாவல் பழமா? எப்படியிருக்கும்?" என்று முதலை ஆவலுடன் கேட்டது.

"இதோ பறித்துப் போடுகிறேன். சாப்பிட்டுப் பார்" என்று சொல்லி, குரங்கு நாவல் பழங்களைப் பறித்துப் போட்டது. முதலைக்கு நாவல் பழ ருசி பிடித்துப் போய்விட்டது. பசிக்கு உணவளித்த குரங்கின் நண்பன் முதலையின் மனத்துள் ஆழமாய் இடம் பெற்றது.

அந்த நிகழ்ச்சிக்குப் பிறகு குரங்கும் முதலையும் நெருக்கமான நண்பர்கள் ஆயினர். தினமும் முதலை கரைக்கு வரும். குரங்கு

நாவல் பழம் கொடுக்கும். இருவரும் நெருக்கமாய் அமர்ந்து பேசுவார்கள்.

ஒரு நாள் பேச்சில், முதலை நண்பனுக்கு ஒரு மனைவி இருக்கும் செய்தியை அறிந்தது குரங்கு. “நண்பா! உனக்கு மனைவி இருப்பதை இப்போதுதானே சொல்கிறாய். இன்று நிறையப் பழம் தருகிறேன். உன் அன்பு மனைவிக்கு கொண்டு போய்க் கொடு” என்று நாவல் பழங்களைக் கொடுத்துவிட்டது.

முதலை தன் மனைவியிடம் வந்து பழங்களைக் கொடுத்தது. நாவல் பழத்தின் ருசியில் முதலையின் மனைவி மகிழ்ந்து மயங்கியது. “ஆகா! இந்த அருமையான பழங்கள் எப்படி உங்களுக்குக் கிடைத்தன?” என்று மனைவி முதலை கேட்டது. கணவன் முதலை நடந்ததை எல்லாம் விவரித்தது.

முதலையின் மனைவிக்கு மூளை வேறு மாதிரி வேலை செய்தது. “இவ்வளவு ருசியான பழங்களைத் தினமும் தின்று வளர்ந்த அந்தக் குரங்கின் ஈரல் எவ்வளவு ருசியாக இருக்கும்? அந்தக் குரங்கை நாளைக்குத் தந்திரமாக இங்கே அழைத்து வாருங்கள். நான் அதன் ஈரலைத் தின்ன வேண்டும்!” என்று தன் ஆசையை வெளிப்படுத்தியது மனைவி.

ஆண் முதலைக்கு அதிர்ச்சி. தன் மனைவியின் மேல் வெறுப்பாக வந்தது.

“ச்சீ! நீ ஒரு பெண்ணா? என் உயிர் நண்பன் அவன்! எவ்வளவு அன்பும் பாசமும் இருந்தால் உனக்கும் அவன் பழங்களைக் கொடுத்து விட்டிருப்பான்! அவன் உயிருக்கே உலை வைக்க உனக்கு எப்படி மனம் வந்தது?” என்று திட்டியது கணவன் முதலை.

மனைவி முதலை பிடிவாதம் பிடித்தது. “வந்தால் அந்தக் குரங்குடன் வாருங்கள். இல்லாவிட்டால் என்னைப் பார்க்கவே வரவேண்டாம்!” என்று சொல்லிப் போய்ப் படுத்துக் கொண்டது.

மறுநாள் முதலை சோர்ந்து போய் குரங்கிடம் வந்தது. முதலையின் பேச்சில் உற்சாகமே இல்லை. குரங்கு அதைக் கவனித்தது. ஒன்றும் கேட்கவில்லை.

இருட்டிய பின்னரும் முதலை வீடு திரும்பவில்லை. கரையிலேயே கண்விழித்தவாறு கவலையுடன் இருந்தது. இதை நடுச்சாமத்தில் விழித்த குரங்கு கண்டு, மரத்திலிருந்து இறங்கி நண்பனை விசாரித்தது. முதலையும் நடந்ததை எல்லாம் சொல்லி முடித்தது.

குரங்கு யோசித்து ஒரு முடிவுக்கு வந்தது. “நண்பா! கவலைப் படாதே. விடிந்ததும் என்னை உன் வீட்டுக்கு அழைத்துப் போ” என்ற குரங்கை அதட்டியது முதலை.

"வேண்டாம் நண்பா. என் மனைவி இதயமே இல்லாதவள்! உன்னைக் கொன்று விடுவாள். உன் நட்புதான் எனக்குப் பெரிது" என்று மறுத்தது.

"இல்லை நண்பா! நீ துணையிருக்கும்போது எனக்கு ஒரு ஆபத்தும் வராது. நான் சொல்கிறபடி செய்." என்று வற்புறுத்தியது குரங்கு.

விடிந்ததும் ஒரு பெரிய சாக்குப் பையில் நாவல் பழங்களை நிரப்பி மூட்டையாகக் கட்டிக் கொண்டு, முதலையின் முதுகில் அமர்ந்து குரங்கு பயணம் புறப்பட்டது.

முதலையின் மனைவி தன் கணவன் இப்படிக் குரங்குடன் வருவான் என்று நம்பவில்லை. ஆச்சர்யமாகப் பார்த்தது.

குரங்கு சொன்னது: "அம்மா! என் நண்பன் 'மனைவியைப் பிரிந்தாலும் பிரிவேன்; நண்பனை இழக்க மாட்டேன்' என்று என்னிடத்தில் தங்கிவிட்டான். உங்கள் இல்வாழ்க்கை என்னால் வீணானது என்ற பழி எனக்கு வேண்டாம். நீ கேட்ட படி இதோ நான் வந்துவிட்டேன். என் ஈரலை எடுத்துக்கொள். பற்றாததற்குச் சாக்கு நிறைய நாவல் பழம் கொண்டு வந்திருக்கிறேன். அதையும் எடுத்துக்கொள். கணவனோடு மனம் ஒன்றி நீ வாழவேண்டும். அது தான் என் ஆசை!" என்று வாழ்த்தியது.

பெண் முதலைக்குக் கண்களில் கண்ணீர் வழிந் தோடியது...

நாத் தழுதழுக்கப் பேசியது. "அண்ணா! உங்கள் அன்பைப் புரியாமல் பேசிய இந்தப் பாவியை மன்னியுங்கள்..." என்று காலில் விழுந்து கதறியது.

அன்று முதல் குரங்கு முதலைக் குடும்பத்தில் நெருங்கிய சொந்தக்காரனாய் ஆனது.

சொன்னவர்: வெ.மு. ஷாஜகான்கனி

36

குரங்கும் தூக்கனாங் குருவியும்

ஒரு காட்டில் பெரிய ஆலமரம். ஆலமரத்தில் தூக்கனாங் குருவிகள் கூடு கட்டி வாழ்ந்தன.

ஒரு நாள் திடீரென்று மழை பெய்யத் தொடங்கியது. குளிர் உடலை வாட்டியது. குருவிகள் தத்தம் கூட்டுக்குள் போய் முடங்கின.

மழையில் நனைந்த ஒரு குரங்கு அந்த ஆலமரத்துக்கு வந்தது. தூக்கணாங் குருவிக் கூடுகள் தொங்கும் கிளையில் வந்து அக்குரங்கு அமர்ந்தது. அதன் உடல் முழுதும் மழைநீர் வழிந்தோடியது. குளிரால் வாயும் தாடையும் நடுங்கின.

கூட்டுக்குள் இருந்த ஒரு இளமையான குருவி அதைப் பார்த்து இரக்கப்பட்டது. அது தன் அம்மாக் குருவியைப் பார்த்துக் கேட்டது. “அம்மா! நமக்கெல்லாம் கூடு கட்டத் தெரிகிறது. இக்குரங்குக்கு அது தெரியாதா?” என்று கேட்டதற்கு அம்மாக் குருவி, “ஆமாம். தெரியாது!” என்று பதில் சொன்னது....

சின்னக் குருவி விடவில்லை. “அதற்குத் தெரியாவிட்டால் நாம் சொல்லிக் கொடுப்போமே?” என்று திருப்பிக் கேட்டது.

அம்மாக் குருவிக்குப் பழைய நிகழ்ச்சி நினைவுக்கு வர, தன் பிள்ளைக் குருவியை அதட்டியது. “சீ! சும்மா கிட உனக்கு ஒன்றும் தெரியாது. நீ பிறப்பதற்கு முன் நான் இப்படித் தான் ஒரு குரங்குக்குப் புத்தி சொல்லப் போய் நம் கூட்டையே பிய்த்து எறிந்துவிட்டது. அந்தக் குரங்கு! பேசாமல் வாயை

மூடிக் கொண்டிருப்பது தான் நல்லது.'' என்று அறிவுரை சொன்னது அம்மா.

குஞ்சுக் குருவிக்கு அம்மாவின் பேச்சு நியாயமாகப் படவில்லை. 'அவள் பழமைவாதி' என்று மனசுக்குள் நினைத்துக் கொண்டது.

கல்லாதவர்களுக்கு முதலில் சொல்லிக் கொடுக்கும் போது அவர்கள் அவமானமாக உணர்வார்கள். அதில் நமக்கு இழப்புக்கூட நேரலாம். அதற்காக, சொல்லிக் கொடுக்காமல் விட்டுவிடுவதா? இது நியாயம் இல்லை என்று உணர்ந்தது பிள்ளைக் குருவி.

எனவே, விளையாடுவது போலப் போக்குக் காட்டி வெளியே வந்தது. குருவிக் குஞ்சு. குரங்கின் அருகில் போய் நின்றது. மழை நீர் மேல் விழக் குருவிக் குஞ்சும் நடுங்கியது.

இதைக் கண்ட குரங்கு, "உனக்குத் தான் கூடு இருக்கிறதே. நீ ஏன் நனைகிறாய்?'' என்று கேட்டது.

"நீ நனைகிறாயே! நீயும் நானும் ஒரே மரத்தில் வாழ்கிறோம். நீ ஒருவன் நனையும்போது நான் மட்டும் சுகமாக இருக்க எனக்கு முடியவில்லை. அதனால் நானும் நனைகிறேன்!'' என்று பதில் சொன்னது குருவிக் குஞ்சு.

குரங்குக்கு மனசுக்குள் சுரீர் என்று பாச உணர்வு படர்ந்தது. “என்னோடு நீயும் சேர்ந்து நனைவதற்கு, உன்னோடு நான் சேர்ந்து நனையாமல் இருக்க வழி உண்டா?” - குரங்கு இப்படிக் கேட்டதும் குருவிக்குஞ்சுக்கு உற்சாகம் பிறந்தது.

“குரங்கு மாமா! அதைத் தான் நானும் சொல்ல வந்தேன். கூடு கட்டுவது மிக எளிது. நான் சொல்கிறபடி கேட்டால் நீயும் கூடு கட்டி நனையாமல் வாழலாம்!” என்று வழி சொன்னது குருவிக்குஞ்சு.

குரங்குக்கு ஒரே அதிசயம். குருவிக்குஞ்சு சொல்லச் சொல்ல. காட்டில் கிடந்த பனை ஓலை, நார் இவற்றைக் கொண்டு ஆலமரத்தில் கூடு கட்டி முடித்துவிட்டது குரங்கு.

“அடேயப்பா! இந்தக் கூட்டை நான் தானா கட்டினேன்!” என்று தன்னைத் தானே வியந்தது குரங்கு கூட்டில் போய் அமர்ந்தது. ஒரு துளி மழை நீர் கூட உள்ளே வரவில்லை! குருவிக்குஞ்சை நன்றியோடு பார்த்தது குரங்கு.

“இந்தச் சுகமான வாழ்க்கை, சிறியவனான உன்னால் எனக்குக் கிடைத்தது!” என்று குருவிக்குஞ்சைப் புகழ்ந்தது குரங்கு.

குருவிக்குஞ்சு மன நிறைவோடு தன் கூட்டுக்குள் போய் அம்மாவிடம், குரங்குக் கூட்டைப் பெருமையோடு காட்டி மகிழ்ந்தது.

சொன்னவர்: வெ.மு. ஷாஜகான்கனி

37
நீலச்சாய நரி ராஜா

ஒரு காட்டில் ஒரு திருட்டு நரி இருந்தது. தினமும் அது பல இடங்களில் திருடித் திருடித் தின்று கொழுத்ததால் அதன் உடல் சிங்கம் போல் பருத்துவிட்டது.

ஒருமுறை வெள்ளரித் தோட்டத்தில் அந்தத் திருட்டு நரி புகுந்தபோது, தோட்டக்காரன் பெரிய தடியை எடுத்துக் கொண்டு விரட்டினான். நரி தலைதெறிக்க ஓடியது.

பக்கத்தில் ஒரு சாயக்காரன் வீடு. புடவைகளுக்குச் சாயம் ஏற்றத் தொட்டியில் சாயத்தைக் கரைத்து வைத்துவிட்டுச் சாயக்காரன் வெளியில் போயிருந்தான்.

சாயக்காரன் வீட்டுக்குள் அந்தத் திருட்டு நரி நுழைந்தது. ஒளிய இடம் இல்லை. சாயத்தொட்டியில் கட்டியாக நீல நிறச் சாயம் நிறைந்திருந்தது. வேறுவழியில்லாமல் நரி சாயத்திற்குள் முங்கி ஒளிந்து கொண்டது. தோட்டக்காரன் உள்ளே வந்து நரியைக் காணாமல் திரும்பிப் போய்விட்டான்.

அவன் போனதும் அந்தத் திருட்டு நரி சாயத்திலிருந்து எழுந்து வெளியே வந்தது. அதன் உடல் முழுதும் நீல நிறம் ஜொலித்தது. சாயத் தொட்டிக்குள் மூழ்கி எழுந்ததால் அதன் குரலே கனமாக மாறிப்போயிருந்தது. தப்பித்தோம் பிழைத்தோம் என்று காட்டுக்குத் திரும்பி வந்த அந்தத் திருட்டு நரிக்கு ஒரு இன்ப அதிர்ச்சி!

இதைத் தான் குருட்டு அதிர்ஷ்டம் என்பார்கள். நீல நிறமாக எந்த மிருகத்தையுமே பார்த்திராத காட்டு விலங்குகள் இதைப் பார்த்ததும் பயந்து நடுங்கின.

“இது என்ன... தேவலோக மிருகமா?” என்று புலி பயந்தவாறு கரடியிடம் கேட்டது. புலியின் இந்தப் பயம் நரியின் மூளையில் சூடேற்றியது. நரி தன் மனத்திற்குள் தந்திரமாய் ஒரு திட்டம் போட்டுக் கொண்டது.

“ஆமாம்! நான் தேவ தூதன்! தேவேந்திரன் என்னை அனுப்பினான். இனி நான் தான் உங்களுக்கு ராஜா! எல்லாரும் என்னை வணங்குங்கள்!” என்று உரத்த குரலில் கட்டளை யிட்டது திருட்டு நரி.

சிங்கம் உட்பட, எல்லா விலங்குகளும் நரியின் காலில் விழுந்து வணங்கின.

“புது மகாராஜா! நான் தான் பழைய ராஜா!” என்று தன்னை அறிமுகப்படுத்தியது சிங்கம். “பரவாயில்லை, நீ எனக்கு மந்திரியாக இருந்து கொள்!” என்று பதவியளித்தது நரி.

நரி தன் இனத்து மற்ற நரிகளைத் தூரத்திலேயே வைத்துக் கொண்டது. “நீங்கள் தான் எல்லைக் காவலர்கள்!” என்று காட்டைச் சுற்றி நரிகளை நிறுத்தியது.

ஆனால், ஒரு அழகான பெண் நரியை மட்டும் தன் அருகிலேயே துணையாக வைத்துக் கொண்டது.

அந்தப் பெண் நரியை மட்டும் இந்தப் புது ராஜா ஏன் தன் அருகிலேயே வைத்திருக்கிறார் என்ற மர்மம் யாருக்கும் புரியாத புதிராகவே இருந்தது.

காட்டின் ராஜாங்க காரியம் இது தான். சிங்கங்கள், புலிகள், கரடிகள் எல்லாரும் புது ராஜா காலில் விழுந்து விழுந்து எழுந்திருக்க வேண்டும். விழாதவர்களை யானைக் குண்டர்கள் அடிப்பார்கள். மிதிப்பார்கள். பல வேங்கைகளின் கால்கள் குண்டர் படையால் முடமாயின!

காட்டு மிருகங்களுக்கு ஒரு பயத்துடனே வாழும் வாழ்க்கை பழகிப் போய்விட்டது. தேவேந்திரன் அனுப்பிய நீல நிற ராஜா அல்லவா? பயப்படாமல் என்ன செய்வது? ராஜாவுக்குப் பயப்படுவதோடு, அவர் தோழி பெண் நரிக்கும் பயப்பட்டார்கள்!

ஒரு வேங்கை ஒருமுறை தன்மானம் தலை தூக்க இப்படிக் கேட்டுவிட்டது. "மகாராஜா! தாங்கள் தேவதூத மகா ராஜா! தாங்கள் போய்... கேவலம் ஒரு பெண் நரியைத் தோழியாக வைத்திருப்பது எங்களுக்குப் பிடிக்கவில்லை!" என்றதும் நீலச் சாய நரி சீறி விழுந்தது.

ஒரு நாள்...

நரி ராஜா, பெண் நரியுடன் தனியே பேசிக் குலாவிக் கொண்டிருந்தது. நரி ராஜாவின் நெருக்கத்தில் பெண் நரி மகிழ்ந்து பெரிதாக ஊளையிட்டது. அந்த ஊளை இசையில் உணர்ச்சிவசப்பட்ட நரி ராஜாவும் தன்னை மறந்து, தன் குண இயல்பில் ஊளையிட்டு நடனமாடத் தொடங்கியது.

அவ்வளவு தான். குட்டு வெளிப்பட்டுப் போனது. எல்லா மிருகங்களுக்கும் இப்போது தான் உறைக்க ஆரம்பித்தது.

"அடடா... இது காட்டு நரியல்லவா? நீலச் சாயம் பூசி வேஷம் போட்டல்லவா ஏமாற்றியிருக்கிறது. நாமும் இத்தனை நாளும் ஏமாந்து போனோமே!" என்று எல்லாரும் தெளிவடைந்தார்கள். நரியைப் பிடிக்கப் பாய்ந்தார்கள்! நரி உயிருக்குத் தப்பி எங்கோ ஓடி ஒளிந்து கொண்டது.

முன்போல, இப்போது சிங்கம்தான் ராஜ்யம் ஆண்டு வருகிறது.

38

உல்லாசத்தில் பங்கு

முன்னொரு காலத்தில் முறுக்கன், திருப்பன் என்று இரண்டு சுண்டெலிகள் இருந்தன. செந்தலையன் என்ற சேவலும் இருந்தது.

மூன்றும் ஒரு குடிசையில் சேர்ந்து வசிக்கத் தொடங்கின. ஒரு நாள் சேவல் ஒரு கோதுமைத் தாளைப் பார்த்தது.

“கொக்கரக்கோ! ஏய் முறுக்கா, ஏய் திருப்பா-எழுந்திருங்க. இன்னிக்கு நாம்ப கறி உருண்டை செஞ்சு சாப்பிடப் போறோம்” என்று தூங்கும் சுண்டெலிகளைத் தட்டி எழுப்பியது சேவல்,

முறுக்கனுக்கும் திருப்பனுக்கும் ஒரே குஷி. பாட்டுப்பாடி நாட்டியமே ஆடத் தொடங்கி விட்டன.

சேவல் “தானியத்தை யார் பதர் அடிக்கப்போவது?” என்று கேட்டது.

“நான் மாட்டேன்” என்று முறுக்கன் கூறியது. “நானும் மாட்டேன்” என்று திருப்பன் சொன்னது. “சரி, நானே பதர் அடிக்கிறேன்” என்று சேவல் ஏற்றது.

பதர் அடித்துவிட்டு “யாரு இதை ஆலைக்குப் போய் மாவு அரைத்து வருவது?” என்று கேட்டது.

இரண்டு சுண்டெலிகளும் “நான் மாட்டேன், நான் மாட்டேன்” என்று கத்தின.

“சரி, நானே எடுத்துப் போகிறேன்” என்று சேவல் ஒரு சாக்குப் பையில் பதர் அடித்த கோதுமையைப் போட்டுக் கொண்டு மாவு ஆலைக்குப் போயிற்று.

திரும்பி வந்து “மாவை யாரு பிசையப் போவது?” என்று மீண்டும் கேட்டது.

“எனக்குத் தலைவலி” என்று முதல் சுண்டெலி கூறியது.

“எனக்குக் கைவலி” என்று இரண்டாவது சுண்டெலி கூறியது.

“கடைக்குப்போய் கொஞ்சம் இறைச்சியாவது வாங்கி வாருங்கள்” என்று சேவல் சொன்னது.

“தலைவலி மண்டையைப் பிளக்கிறது” என்றது முதல் சுண்டெலி.

“கைவலியோடு கால்வலியும் சேர்ந்து விட்டது” என்றது இரண்டாவது சுண்டெலி.

சேவல், தானே போய் கொஞ்சம் இறைச்சி வாங்கி வந்தது. உப்பு போட்டு கோதுமை மாவைப் பிசைந்தது.

சேவல் அடுப்பு பற்ற வைத்த போதும் சரி, கறி உருண்டையை எண்ணெயில் வேக வைத்த போதும் சரி; ஒன்றும் முடியாது என்று இரண்டு கண்டெலிகளும் கூறிவிட்டன.

கடைசியாகக் கறி உருண்டை தயாராகியது.

“யாரு முதலில் சாப்பிட வருவது?” என்று கேட்டது சேவல்.

“நான் தான் முதல், நான் தான் முதல்” என்று இரண்டு சுண்டெலிகளும் துள்ளி ஓடிவந்தன.

அதுதான் நடக்காது என்று இரண்டு சுண்டெலிகளின் காதையும் பிடித்து குடிசைக்கு வெளியே வீசி எறிந்தது சேவல்.

கடுமையாக வேலை செய்த களைப்போடு சமைத்த கறி உருண்டைகளைத் திருப்தியாகச் சாப்பிட்டது சேவல்.

சொன்னவர்: எம்.எஸ்.பி. முருகேசன்

39

மன்னன் மகன்

ஒரு காலத்தில் ஒரு மன்னன் இருந்தான். அவனுக்கு ஒரே ஒரு மகன். படிப்பே ஏறாத முட்டாள்.

பார்த்துப் பார்த்து வெறுத்துப்போன மன்னன் அவனைப் பக்கத்து நாட்டில் ஓர் ஆசிரியரிடம் அனுப்பி வைத்தான்.

ஒரு வருடம் கழிந்தது. மகன் நாடு திரும்பினான்.

மன்னன் "என்ன கற்றுக் கொண்டாய்?" என்று அவனிடம் கேட்டான்.

"குரைக்கும் நாய்களின் மொழியை" என்றான் மகன்.

"இது தானா நீ கற்றுக் கொண்டது?" என்று மன்னன் கோபம் கொண்டான். அவனை இன்னொரு நாட்டு ஆசிரியரிடம் அனுப்பினான்.

ஆண்டு ஒன்று கழிந்தது. மகன் திரும்பி வந்தான் மன்னன் "என்ன கற்றுக் கொண்டாய்?" என்று கேட்டான்.

"பறவைகள் என்ன பேசுகின்றன என்பதைக் கற்றுக் கொண்டேன்!" என்றான் மகன். ஊதாரிப்பயலே... இப்போது உன்னை வேறு ஒரு நாட்டிற்கு அனுப்பப்போகிறேன். உருப்படியாக எதையாவது கற்று வராவிட்டால் நாட்டை விட்டே விரட்டி விடுவேன் என்று கூறி வேறு ஒரு நாட்டிற்கு அனுப்பினான்.

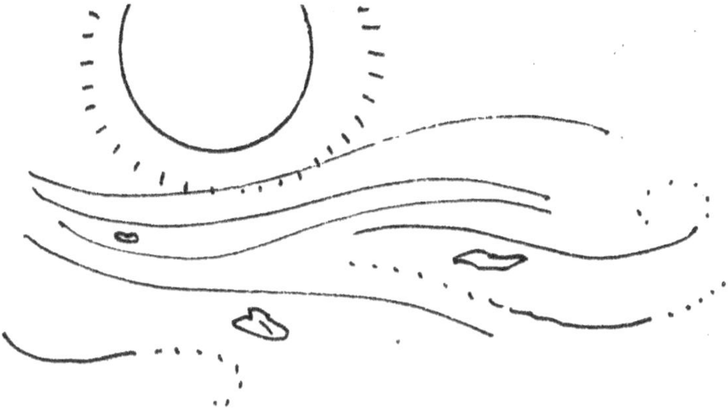

ஓர் ஆண்டு கழிந்தது: மகன் திரும்பினான்.

"என்ன கற்றுக் கொண்டாய்?" என்று கேட்டான் மன்னன்.

"தவளைகள் மொழியை" என்றான் மகன். மன்னனுக்கு சொல்ல முடியாத ஆத்திரம் வந்தது.

"இவனைக் காட்டிற்கு அழைத்துப்போய் கொன்றுவிட்டு வாருங்கள்!" என்று தன் வீரர்களிடம் கட்டளையிட்டான்.

அவனை காட்டுக்கு அழைத்துச் சென்ற வீரர்கள் மனம் இரங்கிற்று. அவனைக் கொல்லாமல் விட்டு விட்டு நாடு திரும்பினர்.

கொன்று விட்டதாகப் பொய் கூறினர்.

மன்னன் மகன் கொஞ்ச தூரம் காட்டில் நடந்தான். ஒரு கோட்டை தெரிந்தது. அதன் காவலனிடம் "இரவு இங்கே தங்கலாமா?" என்று கேட்டான்.

"ஓ. தாராளமாக. ஆனால் ஒரு விஷயம்! கோட்டை உச்சியில் பயங்கரமான நாய்கள் உண்டு. யாரைப் பார்த்தாலும் குரைக்கும். எவராவது கிடைத்தால் கடித்துக் குதறித் தின்று விடும் எச்சரிக்கை" என்றான் அவன்

அந்த நாய்களைக் குறித்து அந்த ஊர் மக்கள் எல்லாம் பயந்து நடுங்குவதை அவன் பார்த்தான்.

"சரி, அந்த நாய்களுக்குப் போடக் கொஞ்சம் இறைச்சி தாருங்கள். நான் போய் அவற்றைச் சந்திக்கிறேன்" என்றான்.

கோட்டைத் தலைவன் எவ்வளவோ தடுத்தான். இளவரசன் கேட்கவில்லை. வேறு வழி இன்றி ஒரு கூடை நிறைய

மாமிசம் போட்டுக் கொடுத்து அவனைக் கோட்டை உச்சிக்கு அனுப்பினான்.

ஒரு மணி நேரம் கழித்து அவன் உயிரோடு திரும்பி வந்தான்.

“எனக்கு நாய் பேசும் மொழி தெரியும். அவை கோட்டையின் கீழே ஒரு பெரிய புதையல் இருப்பதாகச் சொல்கின்றன. அதை எடுக்கும் வரை அவை ஓயாதாம்” என்றான்.

கோட்டைத் தலைவனுக்கு மகிழ்ச்சி பிறந்தது.

“நீ அந்தப் புதையலை எடுத்தால் நான் என் ஒரே மகளை உனக்குத் திருமணம் செய்து தருகிறேன். பிறகு அந்தப் புதையலும் உனக்கு, இந்தக் கோட்டையும் உனக்கே” என்றான்.

புதையல் எங்கே உள்ளது என்று தேடிக்கொண்டு புறப்பட்டான் இளவரசன்.

ஒரு மரத்தில் சில பறவைகள் பாடிக்கொண்டிருந்தன. கோட்டைக்கு அருகில் உள்ள அந்த மரத்தின் கீழே தான் புதையல் இருப்பது பறவை பாடும் பாட்டின் மூலம் தெரிய வந்தது.

அதை வெட்ட வெட்ட கடப்பாறையும் மண்வெட்டியும் மழுங்கி மழுங்கிப் போயின.

இளவரசன் யோசித்தான். பக்கத்தில் தவளைகளின் கூப்பாடு கேட்டது. அவற்றின் மொழி மூலம் புதையலுக்கு மேலே ஒரு பாறை போட்டு மூடி இருப்பது தெரியவந்தது.

சற்றுத் தள்ளி வெட்டச் சொன்னான். பாறை தென்பட்டது. நெம்பி அந்தப் பாறையை உருட்டித் தள்ளினர்.

கீழே பெரிய புதையல். அவன் சொந்த நாட்டை விலை கொடுத்து வாங்கி விடும் அளவு வைரமும் தங்கமும் உள்ள புதையல். அதை எடுத்துக்கொண்டு தலைவனிடம் போனான். கோட்டைத் தலைவன் சொன்ன வாக்குப்படியே மகளை மணம் முடித்துத் தந்தான்.

செய்தி அவனுடைய தந்தையின் காதை எட்டிற்று.

“கற்பது எதுவும் வீண் இல்லை. முழுமையாக எதையும் கற்பது சமயத்தில் கைகொடுக்கும். நான் தான் அதை அறியாத முட்டாள்” என்று வருத்தம் அடைந்தான் மன்னன்.

எனினும் தன் மகன் பெற்ற வெற்றிக்காக மகிழ்ச்சி அடைந்தான்.

40

நல்லது நினைத்தால் நல்லது நடக்கும்

கண்ணன், வேலன் என்ற இருவர் அரசனுடைய அவைக்குத் தினசரி வருவார்கள். இருவரும் கோயில் பூசாரிகள்.

அரசனைப் புகழ்ந்து பேசி வாழ்த்துவார்கள். அவனிடம் பரிசுப்பொருள் வாங்கிக்கொண்டு வீடு திரும்புவார்கள்.

கண்ணன்: "அரசே! நல்லது நினைத்தால் நல்லது நடக்கும்" என்று வாழ்த்துவார்.

வேலன்: "அரசே! எல்லாம் உன் செயல். நீ நினைத்தால் ஒருவன் வாழ எல்லாம் நல்லதாக நடக்கும். எல்லாமே உன் கையில் தான்..." என்று கூறுவார்.

அரசன், அவர்களுக்கு நிறைய அன்பளிப்புகள் கொடுத்து அனுப்புவான்.

ஒருநாள், வழக்கம்போல் அவர்கள் வந்து பேசிவிட்டுப் போனபிறகு, அரசன் யோசித்துப் பார்த்தான்.

“இரண்டு பேர்களில் யார் சொல்வது சரி?... நடப்பதெல்லாம் நம் கையில் உள்ளதா? அல்லது நல்லது நினைத்தால் நல்லது நடக்குமா?”

இதைப்பற்றி ஒரு சோதனை செய்யத் தீர்மானித்தான் அரசன்,

சந்தையிலிருந்து இரண்டு பறங்கிக் காய்கள் வாங்கி வரக் கட்டளையிட்டான். சமையல் செய்வதற்குப் பக்குவமான காய்களாகப் பார்த்து வாங்கி வரச் சொன்னான்.

அவற்றில் ஒரு காயின் அடிப்பாகத்தில் ஒரு சிறு ஓட்டை போடச் சொன்னான். அந்த ஓட்டை வழியாக உள்ளே பல பொற்காசுகளைப் போட்டான். பிறகு, அந்த ஓட்டையை அடைத்து விடச் செய்தான். வெளியிலிருந்து பார்த்தால், ஓட்டை போட்டதே தெரியாதபடி அடைத்து விடச் சொன்னான். மற்ற பறங்கிக் காயைப் போலவே இதுவும் காணப்பட்டது.

மறுநாள் இரண்டு பூஜாரிகளும் வழக்கம்போல் அரசனிடம் வந்தார்கள்.

“நல்லது செய்தால் நல்லது நடக்கும்” என்று சொல்லும் கண்ணனிடம் ஓட்டை போடாத பறங்கிக் காயைக் கொடுத்தான் அரசன்.

ரகசியமாக ஓட்டைபோட்டுப் பொற்காசுகள் திணிக்கப்பட்ட மற்றொரு பறங்கிக் காயை, ‘எல்லாம் அரசன் செயல்’ என்று சொல்லும் வேலனிடம் கொடுத்தான்.

“இரண்டு பறங்கிக் காய்களும் அரண்மனைத் தோட்டத்தில் விளைந்தவை. மிகவும் ருசியாக இருக்கும். இன்றே இதை நறுக்கிச் சமைத்துச் சாப்பிடுங்கள்.” என்று அரசன் சொன்னான்.

இருவரும் மகிழ்ச்சியுடன் பறங்கிக்காய்களை எடுத்துக் கொண்டு வீட்டுக்குத் திரும்பினார்கள்.

அவர்கள் வீட்டில் என்ன நடந்தது என்பதை அறிய அரசன் மிகுந்த ஆவலுடன் காத்திருந்தான்.

மறுநாள் அவன் 'எல்லாம் அரசன் செயல்' என்று சொல்லும் வேலனை அழைத்து வரும்படி கட்டளையிட்டான். அவர் அரசனிடம் வந்தார்.

"நேற்று பறங்கிக் காயைச் சமைத்துச் சாப்பிட்டீர்களா? ருசியாக இருந்ததா?" என்று அவரிடம் கேட்டான் அரசன்.

இந்தக் கேள்வியை அரசன் கேட்பான் என்று வேலன் எதிர்பார்க்கவில்லை. அரசன் கேட்டதும், அவர் திடுக்கிட்டு நடுங்கினார். சட்டென்று சமாளித்துக் கொண்டார் அவர்.

"ஆம், அரசே! பறங்கிக்காய்க் கறி மிகவும் ருசியாக இருந்தது. என் குடும்பத்தில் எல்லோரும் விரும்பிச் சாப்பிட்டார்கள்." என்று கூறினார் வேலன்.

அவர் கூறியது பொய் என்பது அரசனுக்குத் தெளிவாகத் தெரிந்தது. பறங்கிக் காயைச் சமைப்பதற்கு அவர் வீட்டில் நறுக்கவேயில்லை.

நறுக்கியிருந்தால், காய்க்குள்ளே பொற்காசுகள் இருப்பதைப் பார்த்திருப்பார்களே?

ஆகையால், அரசன் கண்டிப்புடன் அவரிடம் கேட்டான்.

"உண்மையைச் சொல்லுங்கள்; பறங்கிக்காயை நீங்கள் நறுக்கவேயில்லை. அது இப்போது உங்கள் வீட்டில் இருக்கிறதா?" என்று விசாரித்தான்.

உடனே நடுக்கத்துடன் உண்மையை ஒப்புக்கொண்டார் வேலன்.

"அரசே என்னை மன்னித்துவிடுக... தாங்கள் கொடுத்த பறங்கிக்காயை எங்கள் வீட்டில் சமைக்கவில்லை. எங்கள் வீட்டில் ஏற்கனவே இரண்டு மூன்று பறங்கிக்காய்கள் இருந்தன. அதனால் தாங்கள் கொடுத்த பறங்கிக் காயைக் காய்கறிக் கடைக்காரனிடம் விற்று விட்டேன்" என்றார் வேலன்.

திடுக்கிட்டுப் போனான் அரசன்.

பொற்காசுகள் உள்ள பறங்கிக் காய் காய்கறிக் கடைக்காரன் கைக்குப் போய்விட்டதே என்று திகைத்தான் அவன்.

காய்கறிக் கடைக்காரனைக் கூட்டிவரக் கட்டளையிட்டான்.

“இவரிடம் வாங்கிய பறங்கிக்காயை என்ன செய்தாய்?” என்று அவனிடம் விசாரித்தான் அரசன்.

“அரசே! அந்தப் பறங்கிக் காயை ஒரு துணிக் கடைக்காரருக்கு விற்றேன்” என்றான் காய்கறி வியாபாரி.

துணிக் கடைக்காரனை அழைத்துவரக் கட்டளையிட்டான் அரசன்.

அவன் வந்ததும், அரசன் “இவன் கடையிலே வாங்கிய பறங்கிக்காய் உன்னிடம் இருக்கிறதா?” என்று விசாரித்தான்.

“அரசே நான் அந்தப் பறங்கிக்காயைச் சமைப்பதற்காக வாங்கவில்லை. என் மனைவி செய்யும் ஒரு பூஜையில் படைப்பதற்காக வாங்கினேன்” என்றான் துணிக்கடைக்காரன்.

அவனது மனைவியைக் கூட்டிவரக் கட்டளையிட்டான் அரசன்.

அவளிடம் “நீ பூஜையில் படைப்பதற்கு வாங்கிய பறங்கிக்காயை என்ன செய்தாய்?” என்று விசாரித்தான்.

“நான் அதைச் சமைக்கவில்லை. பூஜை முடிந்ததும் தட்சணையாக ஓர் பூசாரிக்குக் கொடுத்துவிட்டேன்” என்று அந்தப் பெண் கூறினாள்.

அரசன் திடுக்கிட்டுப் போனான்.

“எந்த பூசாரிக்குக் கொடுத்தாய்? அவரைத் தெரியுமா?” என்று அரசன் கேட்டான்.

அந்தப்பெண் விழித்தாள்.

அவள் பூஜையை முடித்து வெளியே வந்தபோது, தெருவில் போய்க்கொண்டிருந்த ஓர் பூசாரியைப் பார்த்ததும், அவரிடம் பறங்கிக் காயைக் கொடுத்தாள்.

அந்த ஆளை இப்போது எப்படிக் கண்டுபிடிப்பது? அவள் விழித்தபடி சுற்றிலும் பார்த்தாள். அந்தச் சமயம், அரசவைக்குள் கண்ணன் நுழைந்தார்.

அவரைப் பார்த்ததும், துணிக்கடைக்காரனின் மனைவி "இதோ, இவரிடம் தான் பறங்கிக் காயைக் கொடுத்தேன்..." என்று கூறினாள்.

திகைத்துப்போனான் அரசன்.

கடைசியில் அந்தப் பறங்கிக் காய் "நல்லது நினைத்தால் நல்லது நடக்கும்" என்று சொல்லும் கண்ணனின் கைக்குப் போய்விட்டதே!

'எல்லாம் அரசன் செயல்' என்று சொல்லும் வேலனுக்குக் கிடைப்பதற்காக அரசன் வைத்த பொற்காசுகள் கடைசியில் நல்லது நினைத்தால் நல்லது நடக்கும்' என்று சொல்லும் கண்ணன் கைக்கே போய்ச் சேர்ந்து விட்டன...!

சொன்னவர்: அய்க்கண்

41

கரடிக் குடும்பப் பாசம்

ஒரு காட்டில் ஒரு கரடிக் குடும்பம் வாழ்ந்து வந்தது. ஒரு அப்பாக் கரடி, ஒரு அம்மாக் கரடி. ஒரு குட்டிக் கரடி மூன்றும் மகிழ்ச்சியாக வாழ்ந்து வந்தன.

ஒரு நாள் மேயச் சென்ற குட்டிக் கரடி வேடனின் வலையில் மாட்டிக்கொண்டது. குட்டிக் கரடியை வலையில் கட்டித் தூக்கிக் கொண்டு சென்றான் வேடன்.

இதை அறிந்த அப்பாக் கரடியும் அம்மாக் கரடியும் அழுது கொண்டு ஓடிவந்தன. வேடனைப் பார்த்தன. அவனிடம் கூர்மையான வேல் இருந்தது.

எனவே அவனை எதிர்த்துச் சண்டை போட முடியாது என்று புரிந்து கொண்டன.

அம்மாக் கரடி வேடன் முன்னால் வந்து நின்றது. குட்டிக்கரடியை விட்டுவிடும்படி கெஞ்சியது. வேடன் மறுத்து விட்டான்.

“குட்டிக்கரடியை விட நான் அதிக விலைக்குப் போவேன். எனவே குட்டிக் கரடியை விட்டுவிட்டு என்னைப் பிடித்துக் கொள்” என்றது.

சரியென்று வேடன் குட்டிக் கரடியை விட்டு விட்டு அம்மாக் கரடியை வலையில் பிடித்துக் கொண்டான்.

அம்மாக் கரடியைப் பிரிய மனமில்லாத அப்பாக்கரடி வேடன் முன்னால் வந்து நின்றது.

“அம்மாக் கரடியை விட நான் அதிக விலைக்குப் போவேன், அதனால் என்னைப் பிடித்துக் கொண்டு அம்மாக் கரடியை விட்டு விடு” என்று கெஞ்சியது.

சரியென்று வேடன், அம்மாக்கரடியை விட்டுவிட்டு அப்பாக் கரடியை வலையில் பிடித்துக் கொண்டான்.

இப்போது அம்மாக்கரடியும் குட்டிக்கரடியும் சேர்ந்து வேடன் முன்னால் வந்தன.

“அப்பாக்கரடி இல்லாமல் நாங்கள் வாழ விரும்பவில்லை. எனவே எங்களையும் பிடித்துச் செல்” என்று கெஞ்சின.

கரடிக் குடும்பத்தின் பாசத்தையும் தியாகத்தையும் பார்த்த வேடனுக்கு மனம் இளகி விட்டது. மிருகத்தை விட மனிதன் உயர்ந்தவனாக இருக்க வேண்டும் அல்லவா! எனவே வேடன் அப்பாக்கரடியையும் விட்டுவிட்டான். கரடிக் குடும்பம் வேடனுக்கு நன்றி சொல்லிவிட்டு மகிழ்ச்சியோடு காட்டுக்குள் ஓடிச் சென்றது.

42

குத்தப் பணம்

“பாவாயி! பாவாயி!” என்ற தன் கணவனின் குரலைக் கேட்டுக் குடிசைக்கு வெளியே வந்து பார்த்தாள் பாவாயி.

தோளில் கிடந்த மண்வெட்டியைக் கீழே போட்டார் வீரப்பன்.

“இன்னிக்கு அந்த மூலத் தோட்டத்து முனியப்பனை குத்தங்கட்ட வச்சிட்டேன்” என்று சற்று ஆவேசமாகக் கூறினார்.

பாவாயிக்கு ஒன்றும் புரியவில்லை. என்ன நடந்தது என்று கேட்டாள்.

“நம்ம காட்லே முனியப்பன் திருட்டுத்தனமா மாடு மேச்சுக்கிட்டிருந்தான். நாலஞ்சு தடவை சொல்லியும் ஏமாத்தி மேச்சுக் கிட்டிருந்தான். இன்னிக்குக் கைப்புடியாப் புடிச்சு ஊர்ப்பஞ்சாயத்துலே புகார் குடுத்திட்டேன்.”

“அட எழவே. அப்புறம் என்ன ஆச்சு?” என்று கன்னத்தில் கைவைத்துக் கேட்டாள் பாவாயி.

“தலைவர் முனியப்பனைக் கூப்பிட்டு வெசாரிச்சாரு” அவன் என்ன திமிரா பதில் சொன்னாந் தெரியுமா? தலைவர் உடலே. வீரப்பங் காட்லே உன் மாடுக எப்படிடா மேயலாம்னாரு.”

அதுக்கு அவன் “மாட்டுக்கு யார் காடுன்னு எப்படிங்க தெரியும்? மாடுங்க தெரியாத போயி மேஞ்சதுக்கு நான் எப்படிங்க பொறுப்பாக முடியும்” கேட்டான்.

“உம்மாடு மேஞ்சதுக்கு நீதாண்டா பொறுப்புன்னு ஒரேயடியா அடிச்சுட்டாரு. 10 ரூபா குத்தம் வச்சு அப்பவே வாங்கிக் குடுத்திட்டாரு” என்று கூறிய வீரப்பன் தன் மடியில் முடிந்திருந்த பத்து ரூபாய் முடிச்சைத் தொட்டுக் காட்டினார்.

அந்த ஊரில் குத்தப்பணம் கட்டுவது என்பது மிகவும் கேவலமான விஷயம். குத்தப்பணம் வாங்கியவர் பெருமைக்குரியவர்.

எனவே வீரப்பனுக்குப் பெருமை பிடிபடவில்லை. “அந்தத்திமிர் புடிச்சவனை இன்னைக்குத் தலைகுனிய வச்சாச்சு” என்று ஆவேசத்தோடு பலமாகச் சிரித்தார்.

சிரித்தவர் திடீரென நெஞ்சைப் பிடித்துக் கொண்டு “அய்யோ அம்மா! நெஞ்சு வலிக்குதே” என்று அலறினார்.

தடாலெனக் கீழே சாய்ந்தார்.

பாவாயிக்கு அதிர்ச்சியில் என்ன செய்வதென்றே தெரியவில்லை.

“அய்யோ அய்யோ! நா என்ன பண்ணுவேன், டேய் சுப்பிரமணியா! பசங்களா ஓடியாங்கடா. உங்கப்பனுக்கு என்னமோ ஆயிடுச்சடா, அய்யோ அய்யோ!” என்று நெஞ்சில் வாரி வாரி அடித்துக் கொண்டாள்.

“அட சாமி! அநியாயமா எந்தலையிலே கல்லப் போட்றாதே” என்று கணவன் உடலைக் கட்டிப் பிடித்து அழுதாள்.

மகன்கள் மூவரும் ஓடிவந்தனர்.

“பக்கத்து ஊர்ல இருக்கற டாக்டரம்மாவைக் கூட்டி வாங்கடா” என்றாள் அம்மா.

அந்த ஊருக்குள்ளே கார் எதுவும் வரமுடியாது. எனவே மாட்டு வண்டியைப் பூட்டிக் கொண்டு வேகமாகச் சென்றான் மூத்த மகன் சுப்பிரமணியன்.

டாக்டரம்மாவை அழைத்து வந்தான்.

வீரப்பனைப் பரிசோதித்தார் டாக்டரம்மா

“இவருக்கு மாரடைப்பு வந்திருக்கிறது. உடனே பக்கத்து டவுன்லே போயி இந்த மருந்தைச் சீக்கிரமா வாங்கிட்டு வாங்க” என்றார் டாக்டரம்மா.

மூத்தவன் சுப்பிரமணியனிடம் சீட்டைக் கொடுத்தார் டாக்டரம்மா. அவனோ “இப்போ ராத்திரி மணி 10 ஆயிடுச்சுங்களே? டவுன்ல கடை சாத்தியிருப்பாங்க.. போர்டைப் படிச்சுப் பாத்துக் கடையைக் கண்டுபிடிக்க எனக்குத் தெரியாதுங்களே” என்று தயங்கினான்.

அடுத்த பையனிடம் சீட்டைக் கொடுத்து “இந்தாப்பா! நீ போய்ச் சீக்கிரம் மருந்தை வாங்கிவா” என்றார் டாக்டரம்மா.

அவனும் “எனக்கும் படிக்கத் தெரியாதுங்களே” என்றான்.

“உனக்காவது படிக்கத் தெரியுமா?” என்று கடைசிப் பையனிடம் கேட்டார் டாக்டரம்மா.

அவனும் தெரியாது என்று கையை விரித்துக் காட்டித் திருதிருவென்று விழித்தான்.

“அய்யய்யோ! நீங்கள் யாருமே படிக்காததால் மருந்து வாங்கிவர முடியாது போலிருக்கே. உடனே மருந்தை வாங்கி

வரலேன்னா உங்க அப்பாவைக் காப்பாத்த முடியாதே!" என்றார் டாக்டரம்மா கவலையோடு!

மூன்று பேரும் கவலையோடு செய்வதறியாது திகைத்து நின்றார்கள். "உங்களைப் படிக்க வைக்காதது உங்க அப்பாவோட குற்றம்!" என்றார் டாக்டரம்மா.

அப்போது மயங்கிக் கிடந்த வீரப்பன் பையன்களை கையால் சைகை காட்டிப் பக்கத்தில் வருமாறு அழைத்தார்.

மூவரும் அருகில் சென்று சோகமாக நின்றனர்.

வீரப்பன் கஷ்டப்பட்டுத் தன் மடியில் முடிந்து வைத்திருந்த குத்தப்பணம் ரூபாய் 10ஐ எடுத்தார். மூன்று மகன்கள் கையிலும் வைத்தார்.

அத்துடன் குத்தம் கட்டிவிட்ட குற்ற உணர்வோடு அவர் தலை சாய்ந்தது.

சொன்னவர் : கா. செங்கோட்டையன்

43

ஆர்வம்

வெகுகாலத்திற்கு முன்னால் சீனநாட்டில் ஒரு வாள் வித்தைக்காரர் இருந்தார். அவர் பலருக்கு தமது வித்தையைக் கற்றுக் கொடுத்தார். கற்றுக் கொடுப்பதில் அவர் கெட்டிக்காரர். அவரை ஆசான் என்று எல்லாரும் அழைத்தனர்.

அவருக்கு ஒரே மகன். அவனுக்கு வாள் வித்தையில் சிறிது கூட ஆர்வம் இல்லை. ஆசானுக்கு வயது ஆயிற்று. கவலை அதிகரித்தது.

தன் காலத்திற்குப் பிறகு இந்தக் கலையை வளர்ப்பது யார்? யாரும் அறியாமல் இது வீண் ஆய்விடுமே! இந்த வருத்தம் அவரை இரவும் பகலும் வாட்டியது.

ஆசான் படுத்த படுக்கை ஆனார். அவர் குடும்பத்திற்கு வந்த ஒரே வருமானம் அவரது வாள் வித்தைப் பயிற்சியினால் வந்தது தான்.

அவர் உடல் நலம் கெட்டதும் அந்த வருமானமும் நின்றது. குடும்பத்தில் பசியும் பட்டினியும் வந்தன.

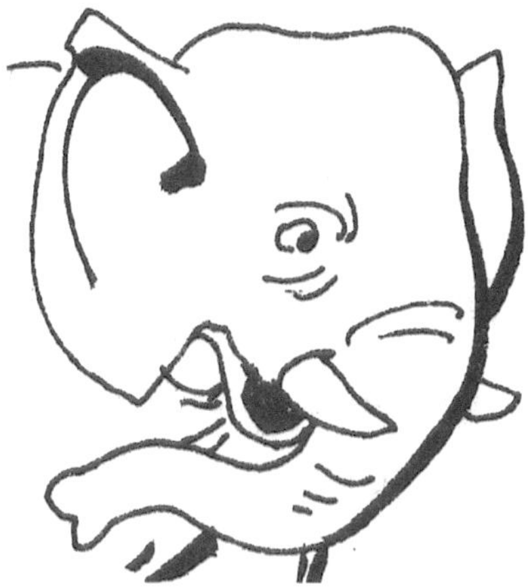

மகன் பார்த்தான். அவனுக்கு வேறு தொழில் தெரியாது. கடைசியில் வாள் பயிற்சி தருவதையே தொழிலாகக் கொள்வது என்று முடிவு செய்தான்.

ஆனால் தன் தந்தையிடம் கற்க வழியில்லை. வேறு குருவை நாடிப் பயணம் செய்தான்.

பயணத்தில் பல நாட்கள் கழிந்தன. கடைசியில் ஒரு குரு கிடைத்தார்.

அவரிடம் ஆசானின் மகன் தன் ஆசையைத் தெரிவித்தான்.

அவனுக்குக் கற்றுத் தரும் முன் "நீ எவ்வளவு காலம் இங்கே தங்கி இருக்க உத்தேசம்?" என்று கேட்டார்.

அவன் "வாள் பயிற்சி பெற எவ்வளவு காலம் பிடிக்கும்?" என்று கேட்டான்.

"வாழ்நாள் முழுவதும் ஆகும்" என்று குரு கூறினார்.

"அவ்வளவு காலம் என்னால் காத்திருக்க முடியாது. முழு மனசோடு இரவு பகல் பாடுபட்டு நான் கற்றுக் கொள்கிறேன். அதற்கு எவ்வளவு காலம் ஆகும்?" என்று அவன் கேட்டான்.

குரு "பத்து வருசம் ஆகும்" என்றார்.

அவனுக்கு அது கூட அதிகம் என்று தோன்றியது.

"குருவே, என் தந்தைக்கு வயதாகிவிட்டது. குடும்பமே பட்டினி. நான் சீக்கிரம் கற்று, நாலு பேருக்குச் சொல்லிக்

கொடுத்தால் தான் வருமானம். இன்னும் சீக்கிரம் கற்க ஒரு வழி சொல்லுங்கள்'' என்றான்.

குரு அவன் தந்தை யார் என்று விசாரித்தார். அவன் சொன்னான். ''சீனாவிலேயே பெரிய வித்தைக்காரர் அவர்.'' என்றான் அவன். உடனே ''அவர் மகனாகிய உனக்கு ஒன்று தெரியுமா?'' என்று குரு கேட்டார்.

''சொல்லுங்கள்'' என்றான் அவன்.

குரு சொன்னார். ''உன் தந்தையிடம் நான் இன்னும் கற்க வேண்டியது நிறைய உண்டு. அவர் காலமாகிவிடுமுன் அதைத் தெரிந்து கொள்ளா விட்டால் அந்தக் கலைக்கே நட்டம்'' என்று அவர் அவனுடன் புறப்படத் தயார் ஆனார்.

''அவருக்கு உடல் நலமில்லை'' என்று ஆசானின் மகன் தடுத்தான். ''சிறந்த ஆசான் சிறந்த மாணவனுக்கு வாயாலேயே கற்றுத் தரலாம்'' என்று அந்த குரு கூறினார்.

இருவரும் புறப்பட்டனர்.

குரு, ஆசானை நெருங்கி அவர் முன் விழுந்து வணங்கினார். வந்திருப்பது யார் என்று தெரிந்தது. ஆசானுக்கு மிக்க மகிழ்ச்சி.

குரு தட்சிணையாக நூறு பொன் காசுகள் கொடுத்தார் ஆசானின் குடும்பத்தில் நிம்மதி பிறந்தது. பயிற்சி தொடங்கிற்று. ஏழு நாட்கள் வாய் மூலம் சொல்லித் தந்தார் ஆசான். எட்டாவது நாள் படுக்கையை விட்டுத் துள்ளி எழுந்தார்.

தான் கற்று இருந்த கலையில் ஒன்றைக் கூட மறைக்காமல் தன் பழைய மாணவனுக்குச் சொல்லிக் கொடுத்தார்.

ஒரே மாதத்தில் குரு சிறந்த வாள் பயிற்சி வீரன் ஆனார்.

பார்த்துக் கொண்டிருந்த ஆசானின் மகன் ''எனக்கு மட்டும் பத்து வருசம் ஆகும் என்று சொன்னீர்களே'' என்று அவரைப் பார்த்துக் கேட்டான்.

''ஆர்வம் தான் கற்கிற காலத்தை நிர்ணயிக்கும். அது நோயையும் குணப்படுத்திவிடும். ஆர்வம் இருந்தால் எந்த வயசிலும் கற்கலாம். கற்பிக்கலாம். இதைக்காட்டவே உன்னை இங்கு அழைத்து வந்தேன்" என்று குரு அவனிடம் கூறினார்.

ஆசானின் மகனுக்குப் புது ஊக்கம் பிறந்தது.

44
திருப்தி

முன்னொரு காலத்தில் ஏழை மீனவன் ஒருவன் இருந்தான். கடற்கரை ஓரத்தில் ஓலைக் குடிசையில் அவன் வசித்து வந்தான்.

காலையில் மீன் பிடிக்கப் போவான்; மாலையில் பிடித்த மீனை விற்பான். கிடைக்கிற கொஞ்சம் பணத்தோடு வீடு திரும்புவான்.

அவன் மனைவி எப்போதும் எதற்காகவாவது அவனை நச்சரித்துக் கொண்டே இருப்பாள். அவனோ கிடைத்ததே போதும் என்று மகிழ்ச்சியாக வாழ்ந்து வந்தான்.

"இது தான் நாம் உருப்படாமல் இருப்பதற்குக் காரணம்" என்று அவள் அவனைக் குறை கூறுவாள்.

ஒரு நாள் அந்த மீனவன் கரையோரமாக ஒரு பெரிய மீனைப் பிடித்தான். இப்போது தன் மனைவி மகிழ்ச்சி அடைவாள் என்று நினைத்து அதை இழுக்கப் போனான்.

அந்த மீன் "நில், நான் ஒரு மீன் அல்ல. சாபத்தால் மீன் ஆன தேவதை! என்னை விட்டு விட்டால் உனக்கு வேண்டியதைத்

தருகிறேன்'' என்றது.

மீனவன் மனம் இளகிற்று.

“எனக்கு ஒன்றும் வேண்டாம்!'' என்று கூறி மீனைக் கடலில் தூக்கி எறிந்தான். அலைகளின் மீது தலை தூக்கி “நீ என்னிடம் வந்து எப்போது கேட்டாலும் உனக்கு வேண்டியதைத் தருவேன்'' என்று கூறிவிட்டு மீன் மறைந்தது.

மீனவன் வீடு திரும்பினான். நடந்ததை மனைவியிடம் சொன்னான்.

அவளுக்குக் கோபம் வந்தது. “உங்களுக்கு மூளை இல்லை. ஏதாவது பெரிய பரிசு கேட்பது தானே'' என்று நொந்து கொண்டாள்.

மீன் மீண்டும் தன்னைத் தேவையான போது வரச் சொன்னதை அவளிடம் தெரிவித்தான்.

“போங்கள், போய் இந்தக் கடற்கரைக்கே நீங்கள் தலைவனாக வேண்டும் என்று கேளுங்கள்'' என்று அவள் அவனை விரட்டினாள்.

மீனவன் கடற்கரைக்குப் போய் மனைவி சொன்னவாறே மீனை அழைத்துத் தன் விருப்பத்தைக் கூறினான்.

“வீட்டிற்குப் போ” என்று மீன் கூறியது.

அவன் வீடு திரும்பினான். வீட்டின் முன் ஒரே கூட்டம். கடற்கரை மீனவர்கள் எல்லாம் அவனைத் தலைவன் ஆக்க அங்கே கூடியிருந்தனர்.

மீனவன் தலைவன் ஆனான். சிறிது நாள் சென்றது.

மீனவன் மனைவி மீண்டும் அவனை நச்சரிக்கத் தொடங்கினாள்.

“எனக்கு இந்தத் தலைவர் பதவி சலிப்பாக இருக்கிறது. நாட்டிற்கே மன்னன் ஆக வேண்டும் என்று மீனிடம் போய்க் கேளுங்கள்!” என்றாள் மனைவி

மீனவன் கடற்கரைக்குப் போய் மீனைக் கூப்பிட்டான். அது வந்தது. மனைவி சொன்னதை அறிவித்தான்.

“வீட்டிற்குப் போ!” என்றது மீன்.

வீடு திரும்பிய போது பட்டத்து யானையும் குதிரைகளும் தன் வீட்டின் எதிரில் நிற்பதைக் கண்டான். நாட்டு மக்கள் அவனை அரசன் ஆக்க வந்திருந்தனர்.

சிறிது நாள் போயிற்று.

மீண்டும் மீனவன் மனைவி அவனை நச்சரிக்கத் தொடங்கினாள்.

“எனக்கு இந்தச் சிறிய நாட்டிற்கு ராணியாக இருப்பதில் சலிப்பாக இருக்கிறது! போங்க, போய் மீனிடம் எல்லா நாடுகளுக்கும் உங்களைச் சக்கரவர்த்தி ஆக்கச் சொல்லுங்க” என்றாள்.

மீனவன் நடுங்கி விட்டான்.

“நீ பேராசைப்படுகிறாய். வேண்டாம்; மீன் நம்மைப் பற்றி மிகவும் மட்டமாக நினைக்கும்” என்று கெஞ்சிப்பார்த்தான்.

அவள் விடவில்லை.

இனி இவளோடு வாழக்கூடாது என்று தீர்மானித்து மீனவன் கடற்கரைக்குச் சென்றான். மீனைக் கூப்பிட்டான்.

அது வந்தது.

“இனி என்ன வேண்டும்?” என்று கேட்டது.

“பேராசை பிடித்த என் மனைவியோடு வாழ்ந்து எனக்கு சலித்து விட்டது. என்னைச் சன்யாசி ஆக்கிவிடு” என்று கேட்டான்.

மீன் சிறிது நேரம் யோசித்தது.

“நீ சன்யாசி ஆனாலும் உன் மனைவி திருந்தமாட்டாள். இந்தா ஒன்று தருகிறேன்” என்று தன் வாலைச் சுழற்றி அலையின் மீது அடித்தது. அவன் கையில் ஒரு முத்துச்சிப்பி வந்து விழுந்தது.

“அதைத் திறந்து பார்!” என்று மீன் கட்டளை இட்டது. அவன் திறந்தான்.

ஒளி வீசுகின்ற ஒரு சிறிய முத்து.

“இதை எடுத்துக் கொண்டு போய் ஒரு கோப்பை பாலில் கலந்து உன் மனைவிக்குக் கொடு” என்றது மீன்.

அவன் அரண்மனைக்குத் திரும்பியதும் மீன் சொன்னபடி செய்தான்.

மறுநாள் எதிரி நாட்டுப்படைகள் வந்து அவனையும் அவன் மனைவியையும் நாட்டை விட்டே துரத்தின.

மனைவி ஒன்றும் பேசாமல் மகிழ்ச்சியோடு அவனுடன் கடற்கரைக்கு வந்தாள். அங்கே பழைய தலைவன் என்ற உரிமையை நிலை நாட்ட மீனவன் முயன்றான்.

வேறு தலைவனைத் தேர்ந்து எடுத்து விட்டதாக மீனவர்கள் கூறினர்.

மீனவன் மனைவியைத் திரும்பிப் பார்த்தான். அவள் முகத்திலே வருத்தமே இல்லை. மகிழ்ச்சியாக இருந்தாள்.

மீனவனோடு தம் பழைய குடிசைக்கே அதே மகிழ்ச்சியோடு திரும்பினாள் அவன் மனைவி தான் கனவு காண்கிறோமா அல்லது மனைவிக்கு மூளைக் கோளாறா என்று சந்தேகம் வந்தது.

கடற்கரைக்குப் போய் அவன் மீனை அழைத்தான். அது வந்தது.

“மீனே, என் மனைவி இப்போது என்னை நச்சரிப்பதே இல்லை. எப்போதும் மகிழ்ச்சியாக இருக்கிறாள். அவளுக்கு என்னமோ ஏதோ என்று எனக்கு ஒரே பயமாக இருக்கிறது” என்றான்.

“பயப்படாதே, நான் கொடுத்த முத்தின் பெயர் திருப்தி. அது இருந்தால் எதிலும் எங்கும் எப்போதும் மகிழ்ச்சி. இல்லை என்றால் எப்போதுமே பற்றாக்குறை கவலை தான்” என்றது மீன். மீனவன் நிம்மதியாக வாழத் தொடங்கினான்.

சொன்னவர் : கா. செங்கோட்டையன்

45
தூக்கு மேடையில் ஓர் அரசன்

ஒரு முட்டாள் அரசன். அந்த நகரை ஆண்டு கொண்டிருந்தான். அவன் எதையும் ஆழ்ந்து யோசித்துப் பார்க்கமாட்டான். சட்டென்று ஒரு முடிவு செய்து கட்டளையிட்டு விடுவான். தான் செய்ததே சரி என்று பிடிவாதமாக இருப்பான். யார் புத்திமதி சொன்னாலும் கேட்கமாட்டான்.

வழக்குகளைத் தீர விசாரிக்காமல் தீர்ப்புச் சொல்லி விடுவான். அவன் ஆட்சியிலே தீமையும் அநியாயமும் மலிந்து விட்டன. நல்லவர்களும் அப்பாவிகளும் 'என்ன நடக்குமோ?' என்று பயந்து கொண்டிருந்தார்கள். கெட்டவர்களும் குற்றவாளிகளும் கொண்டாட்டம் போட்டுக் கொண்டிருந்தார்கள்.

அந்த நகரத்திலே ஒரு பணக்காரன், தன் வீட்டுச் சுவரைப் புதிதாகக் கட்டிக் கொண்டிருந்தான்.

அன்று இரவு இரண்டு திருடர்கள் அந்த வீட்டுக்குள் நுழைந்து திருட நினைத்தார்கள். புதிதாகக் கட்டிய சுவரிலே கன்னம் வைத்து உள்ளே நுழைய எண்ணினார்கள்.

அந்தப் புதிய சுவர் ஈரமாக இருந்ததால், கன்னத் துவாரத்துக்குள் ஒருவன் தலையை நுழைத்ததும், சுவர் இடிந்து சரிந்து அவன் இறந்து விட்டான். மற்றவன் உடனே ஓடிவிட்டான்.

கூட்டாளியை இழந்த திருடன், பணக்காரனைப் பழிவாங்க நினைத்தான்.

உடனே அரசரிடம் சென்றான்.

"அரசே! நானும் என் நண்பனும் தெரு ஓரமாக நடந்து போய்க்கொண்டிருந்தோம். அப்போது பணக்காரன் வீட்டு ஈரச்சுவர் சரிந்து விழுந்து என் நண்பன் இறந்து விட்டான். என் நண்பன் சாவுக்கு அந்தப் பணக்காரன் தான் காரணம். அவனைத் தண்டிக்க வேண்டும்" என்று முறையிட்டான் திருடன்.

அந்தத் திருடன் யார், எப்படிப்பட்டவன், அவனும் நண்பனும் இரவில் பணக்காரன் வீட்டுப்பக்கம் ஏன் போனார்கள் என்பதையெல்லாம் அரசன் விசாரிக்கவில்லை.

உடனே பணக்காரனைக் கூட்டிவரக் கட்டளையிட்டான்.

அவன் பயந்து கொண்டே அரசன் முன் வந்து நின்றான்.

"நீ காய்ந்த சுவர் வைக்காமல், ஈரச்சுவர் வைத்ததால், இவனுடைய நண்பன் இறந்துவிட்டான். இந்தக் குற்றத்திற்கு நீ என்ன பதில் சொல்கிறாய்?" என்று கேட்டான் அரசன்.

பணக்காரன் திடுக்கிட்டு நின்றான்.

அரசனுடைய முட்டாள்தனமான குற்றச்சாட்டுக்கு என்ன பதில் சொல்வது என்று திகைத்தான். அவன் ஏதாவது பதில்

சொல்லியாக வேண்டும். இல்லாவிட்டால், அவனுக்குத் தண்டனை கொடுத்து விடுவான் அரசன்.

வேகமாக யோசித்து ஒரு பதிலைச் சொன்னான் பணக்காரன்.

"அரசே! நான் என் வீட்டுச் சுவரைக் கட்ட ஒரு கொத்தனாரை ஏற்பாடு செய்தேன். வீட்டுக்குக் காய்ந்த சுவர் கட்ட வேண்டும் என்று தான் அவனிடம் சொன்னேன். அவன் என் பேச்சைக் கேட்காமல், ஈரச்சுவர் கட்டிவிட்டான். ஆகையால் குற்றம் அவனுடையதே என்னுடையது அல்ல" என்று கூறினான் பணக்காரன்.

"அப்படியா?... உன்மேல் குற்றமில்லை. நீ போகலாம். அந்தக் கொத்தனாரைப் பிடித்துவந்து தண்டிக்கிறேன்..." என்று சொல்லி அரசன் பணக்காரனை அனுப்பிவிட்டான்.

ஈரச்சுவர் கட்டிய கொத்தனாரைக் கூட்டிவரக் கட்டளையிட்டான்.

கொத்தனார் நடுங்கிக் கொண்டே வந்து நின்றான்.

"முட்டாள் கொத்தனாரே! பணக்காரன் காய்ந்த சுவர் கட்டச் சொன்னபோது, நீ ஏன் ஈரச்சுவர் கட்டினாய்? உன்னுடைய தவறினால், ஒருவன் இறந்துபோய் விட்டான். அதற்குத் தண்டனையாக நீ உன் உயிரை இழக்கவேண்டும்..." என்று கூறினான் அரசன்.

கொத்தனார் திகைத்து நின்றார்.

யாராலும் காய்ந்த சுவர் கட்ட முடியாது என்பது கூடத் தெரியாமலிருக்கிறானே அரசன்? அவனுடைய தண்டனை யிலிருந்து எப்படித் தப்புவது என்று யோசித்தான் கொத்தனார்.

"அரசே! நான் மண் குழைக்கும்படி என் வேலைக் காரனிடம் சொன்னேன். அவன் அதிகமாகத் தண்ணீர் ஊற்றிக் கலந்து மண்ணை அதிக ஈரமாக்கி விட்டான். அதனால் சுவர் ஈரமாகிவிட்டது. ஆகையால் குற்றவாளி நான் அல்ல; வேலைக்காரன்தான்..." என்றான் கொத்தனார்.

"அப்படியா? நீ போகலாம். கொத்தனாரின் வேலைக்காரனைக் கூட்டி வாருங்கள்" என்று கட்டளையிட்டான் அரசன்.

அவன் வந்ததும் "நீ ஏன் மண்ணிலே அதிகமான தண்ணீர் ஊற்றிக் கலந்தாய்? உன்னுடைய தவறினால், சுவர்

ஈரமாகிவிட்டது. அப்பாவி ஆள் ஒருவன் இறந்துவிட்டான். அதற்குத் தண்டனையாக உன்னைத் தூக்கிலிடப் போகிறேன்.'' என்று கூறினான் அரசன்.

வேலைக்காரன் திடுக்கிட்டுப் போனான்.

"அரசே! நான் அதிகமாகத் தண்ணீர் ஊற்ற நினைக்கவில்லை. அது குயவன் செய்த தவறு. தண்ணீர்ப் பானையின் வாயைப் பெரிதாக அவன் செய்து விட்டான். அதனால் தான் அதிகமான தண்ணீர், வாய்வழியாக வந்து மண்ணிலே கொட்டிவிட்டது. நான் குற்றவாளி அல்ல; குயவன்தான் குற்றவாளி...'' என்றான் வேலைக்காரன்.

"அப்படியா?. சரி... நான் உன்னைத் தண்டிக்க மாட்டேன். நீ போகலாம். குயவன் தான் குற்றவாளி'' என்றான் அரசன்.

வேலைக்காரனை அனுப்பிவிட்டு, குயவனைக் கூட்டிவரக் கட்டளையிட்டான் அவன்.

"நீ ஏன் பானையின் வாயைப் பெரிதாகச் செய்தாய்?... உன் தவறினால், ஒருவன் இறந்துவிட்டான். அதற்காக உன்னைத் தூக்கிலிடப் போகிறேன்... என்றான் அரசன்.

குயவன் திகைத்து நின்றான். அரசனிடமிருந்து எப்படியாவது தப்பிக்கவேண்டும் என்று யோசித்தான் அவன்.

"அரசே! நான் அந்தப் பானையைச் செய்து கொண்டிருக்கும் போது, ஓர் அழகான பெண் அந்த வழியாக நடந்து போய்க் கொண்டிருந்தாள். அந்த அழகியைப் பார்த்தபடி இருந்ததால், என் வேலையில் கவனக்குறைவு ஏற்பட்டுவிட்டது.

அந்தக் கவனக்குறைவால் பானையின் வாய் பெரிதாகி விட்டது. அந்தச் சமயத்தில் அந்தப் பெண் அந்தப் பாதையில் நடக்காமலிருந்தால், இந்தத் தவறு ஏற்பட்டிருக்காது. ஆகையால் அந்தப் பெண்தான் குற்றவாளி...'' என்று சொன்னான் குயவன்.

"அப்படியா? நீ குற்றவாளி இல்லை; நீ போகலாம்... அந்தப் பெண்ணைத் தூக்கிலிடுகிறேன்'' என்றான் அரசன்.

அந்தப் பெண்ணைக் கூட்டி வரக் கட்டளையிட்டான் அவன்.

"குயவன் பானை செய்து கொண்டிருக்கும் போது நீ ஏன் அந்தப் பாதையில் நடந்து போனாய்?... உன்னால், குயவன் பானையின் வாயைப் பெரிதாகச் செய்துவிட்டான். அதனால்

ஒரு சாவே நடந்துவிட்டது. அதற்காக உன்னை ஏன் தூக்கிலிடக் கூடாது?" என்று கேட்டான் அரசன்

அந்தப் பெண் புத்திசாலித்தனமாகப் பதில் சொன்னாள்.

"அரசே! நான் சும்மாவா அந்தப் பாதையில் நடந்தேன்? வெகு நாட்களுக்கு முன்பாகவே பொற்கொல்லனிடம் ஒரு நகை செய்யச் சொல்லியிருந்தேன். அவன் நகையைச் செய்து கொடுக்காமல் காலம் தாழ்த்திக் கொண்டேயிருக்கிறான். அதனால் நான் அவன் வீட்டுக்குத் தினசரி நடந்து போய்க் கொண்டிருக்கிறேன். ஆகையால் குற்றம் என்னுடையது அல்ல, பொற்கொல்லன் செய்த குற்றம்..." என்று சொன்னாள் அந்தப் பெண்.

"அப்படியானால் நீ போகலாம்... நான் பொற் கொல்லனைத் தூக்கிலிடுகிறேன்" என்று சொல்லி, பொற் கொல்லனைக் கூட்டிவரக் கட்டளையிட்டான் அரசன்.

பொற்கொல்லன், அரசன் முன்னால் திருதிரு என்று விழித்தபடி நின்றான். மற்றவர்களைப் போல், பொய்யான விஷயங்களைச் சொல்லி இன்னொருத்தர்மேல் பழியைப் போட்டுவிட்டுத் தப்பிக்கத் தெரியவில்லை அவனுக்கு. அவன் ஒன்றும் பேசத் தெரியாமல் நின்றான்.

ஆகையால் அவனே குற்றவாளி என்று முடிவு செய்து விட்டான் அரசன்.

"நாளை மாலை பொற்கொல்லன் தூக்கிலிடப்படுவான். இந்தக் தூக்குத் தண்டனையை நாடு முழுவதும் பறை சாற்றுங்கள்.. நாளை மாலை குற்றவாளி தூக்கிலிடப்படுவதை பொதுமக்கள் அனைவரும் வந்து காணலாம். குழப்பம் செய்ய நினைப்பவர்களுக்கு, இந்தத் தண்டனை ஓர் எச்சரிக்கையாக இருக்கட்டும்" என்று கட்டளையிட்டான் அரசன்.

அரசனுடைய தீர்ப்பு மக்கள் எல்லோரையும் திடுக்கிடச் செய்தது. நிரபராதி பொற்கொல்லனைத் தூக்கிலிடுவது அநியாயம் என்று எல்லோரும் பேசிக் கொண்டார்கள்.

அந்த அப்பாவியை எப்படிக் காப்பாற்றுவது என்று யோசித்தார்கள்.

நகரத்தின் பக்கத்தில் உள்ள காட்டில் ஒரு துறவி சீடர்களுடன் வாழ்ந்து கொண்டிருந்தார். அவருடைய உதவியைக் கேட்க முடிவு செய்தார்கள், பொது மக்கள்.

“சுவாமி! எங்கள் அரசர், அநியாயமாக நாளை ஒரு நிரபராதியைத் தூக்கிலிடப் போகிறார். அந்த முட்டாள் அரசனிடமிருந்து அவனையும் எங்களையும் நீங்கள்தான் காப்பாற்ற வேண்டும்...” என்று கெஞ்சிக் கேட்டுக் கொண்டார்கள் அவர்கள்.

“சரி... நாளை மாலை நாம் தூக்கிலிடும் இடத்திற்கு வருகிறோம்” என்று உறுதியளித்தார் துறவி.

மறுநாள் மாலை மைதானத்தில் மக்கள் கூட்டமாகக் கூடியிருந்தார்கள். தூக்குமேடைக்குப் பொற்கொல்லனை அழைத்துவந்து நிறுத்தினார்கள். தூக்குக்கயிறு தயாராகத் தொங்கிக் கொண்டிருந்தது.

அரசனும் அதிகாரிகளும் தங்கள் இருக்கையில் உட்கார்ந்திருந்தார்கள்.

தூக்கிலிடும் நேரம் நெருங்கியது. எங்கும் அமைதியாயிருந்தது.

திடீரென்று மக்களிடையே ஓர் இடத்தில் குழப்பம் ஏற்பட்டது. சண்டையும் கூச்சலும் அங்கே கேட்டது.

“யாரங்கே கூச்சல் போடுவது? அவர்களை இழுத்து வாருங்கள்.” என்று கட்டளையிட்டான் அரசன்.

படைவீரர்கள் குழப்பம் ஏற்பட்ட இடத்திற்குப் போனார்கள். அங்கே சண்டை போட்டுக் கொண்டிருந்த துறவியையும் சீடனையும் அழைத்துக் கொண்டுவந்து அரசன்முன் நிறுத்தினார்கள்.

“துறவியாரே... இந்த அமைதியான இடத்தில் நீங்கள் ஏன் கூச்சல் போட்டுக் கொண்டிருக்கிறீர்கள்?” என்று விசாரித்தான் அரசன்.

“அரசே! என்னை மன்னியுங்கள்... என் சீடன் என்னோடு சண்டை போடுகிறான். இந்தப் பொற்கொல்லனுக்குப் பதிலாக நான் தூக்கில் சாக விரும்புகிறேன். ஆனால் என் சீடன், தானே தூக்கில் சாக வேண்டும் என்று என்னோடு போட்டி போடுகிறான்... அரசே! தயவு செய்து, இந்தப் பொற்

கொல்லனுக்குப் பதிலாக என்னைத் தூக்கிலிடுங்கள்'' என்று கெஞ்சிக் கேட்டுக் கொண்டார் துறவி.

உடனே சீடன் அரசன் முன்னால் வந்தான்.

"அரசே! தயவு செய்து, பொற்கொல்லனுக்குப் பதிலாக என்னைத் தூக்கில் போடுங்கள். என் குரு, மிகவும் சுயநலம் உள்ளவர். அவர் செய்வது நியாயம் அல்ல...'' என்று கெஞ்சினான் அவன்.

அரசனுக்கு ஆச்சரியமாக இருந்தது.

"என்ன இது?... அறிவுள்ள எவனும், தூக்கிலிருந்து தப்பிக்கவே முயற்சி செய்வான். ஆனால் நீங்கள் ஏன் போட்டி போட்டுக் கொண்டு தூக்கில் சாக விரும்புகிறீர்கள்?'' என்று கேட்டான்.

துறவியும் சீடனும் ஒருவரை ஒருவர் பார்த்துக் கொண்டார்கள். கண் ஜாடையால் ஏதோ பேசிக் கொண்டார்கள்.

"அரசே! அது ஒரு ரகசியம். அதை நான் வெளியிட மாட்டேன். தயவு செய்து பொற்கொல்லனுக்குப் பதிலாக என்னைத் தூக்கிலிடும்படி கட்டளையிடுங்கள்'' என்று கேட்டுக்கொண்டார் துறவி.

"இல்லை, அரசே! தயவு செய்து என்னைத் தூக்கிலிடுங்கள்...'' என்று கெஞ்சினான் சீடன்.

அரசனுக்கு ஒன்றும் புரியவில்லை. அவர்கள் தூக்கில் சாக விரும்புவதன் காரணத்தைத் தெரிந்துகொள்ள விரும்பினான் அவன்.

"அந்த ரகசியத்தை நீங்கள் வெளியிடும் வரை நான் யாரையும் தூக்கிலிடமாட்டேன்'' என்று உறுதியாகச் சொன்னான் அவன்.

துறவி, வேறுவழியில்லாமல், சொல்லத் தொடங்கினார்.

"அரசே! இன்று இந்த நேரத்தில் தூக்கிலிடப்பட்டுச் சாகிறவன், அடுத்த பிறவியில் இந்த நாட்டு அரசனாகப் பிறப்பான் என்று சோதிட சாஸ்திரம் சொல்கிறது. ஆகவே என்னைத் தூக்கிலிடுங்கள்...'' என்று மறுபடியும் வேண்டிக் கொண்டார் துறவி.

"அரசே! என் குருவின் சுயநலத்தைப் பாருங்கள்... அந்தச் சோதிட சாஸ்திரத்தை எடுத்து வந்து கொடுத்தவனே நான்தான்.

என்னை விட்டுவிட்டு அவர், இந்த நாட்டு அரசனாகப் பார்க்கிறார். அரசே! தயவு செய்து என்னைத் தூக்கிலிடுங்கள்..." என்று மறுபடியும் கெஞ்சினான் சீடன்.

இதைக் கேட்டதும் அரசன் எழுந்து நின்றான்.

"நான் தான் இந்த நாட்டின் அரசன், அடுத்த பிறவியிலும் நான்தான் இந்த நாட்டின் அரசனாக இருப்பேன்" என்று சொல்லிக் கொண்டே தூக்குமேடைக்குச் சென்றான்.

"பொற்கொல்லனை விடுதலை செய்யுங்கள், என்னைத் தூக்கிலிடுங்கள்..." என்று கட்டளையிட்டான் அவன்.

அவன் இட்ட கடைசிக் கட்டளை அதுதான்!

தூக்குக் கயிற்றைத் தன் கழுத்தில் மாட்டிக்கொண்டான் அவன்.

அவனைத் தூக்கிலிட்டுத் தண்டனையை நிறைவேற்றினார்கள் வீரர்கள்.

சொன்னவர் : அய்க்கண்

46

தங்கம் தேடிய தங்கப்பன்!

நமக்கெல்லாம் என்ன ஆசைகள் இருக்கும்?

வீடு வாங்க வேண்டும். நிலம் வாங்க வேண்டும்! வாகனம் வாங்க வேண்டும்!' என்றுதானே இருக்கும். தங்கப்பனுக்கு ஒரே ஒரு ஆசைதான்!

அது-

எந்தப் பொருளையும் தொட்டாலோ - உரசினாலோ அந்தப் பொருள் தங்கமாக மாறிவிடவேண்டும். அப்படித் தங்கமாக மாற்றக்கூடிய ஒரு பொருளைத்தான் அவன் தேடிக் கொண்டிருந்தான்.

தங்கப்பன் ஒரு காலத்தில் மிகவும் நல்லவனாகத் தான் இருந்தான்.

நல்ல வேலை. நல்ல சம்பளம். அன்பான குணம் படைத்த மனைவி. அருமையான இரண்டு குழந்தைகள், கொஞ்சம் வசதியோடுதான் வாழ்க்கை நடத்தினான்.

எவனோ ஒரு நண்பன்.

"ஒரு சாமியார் பித்தளை நகையையெல்லாம் சொக்கத் தங்கமாக மாற்றுகிறாராம். வாயேன்! போய்ப் பார்க்கலாம்!" என்று அழைத்துப் போனான்.

அன்றிலிருந்து ஆரம்பித்ததுதான் இந்த ஆசை! நகைகள் பறிபோயிற்று. வேலை போயிற்று-வாழ்க்கையே பறிபோய் விட்டது.

குடும்பத்தை விட்டுத் தனியாக அலைய ஆரம்பித்தான். சரியான உணவு இல்லை. தூக்கம் இல்லை. எப்போது பார்த்தாலும் தங்கம் தங்கம் என்று ஒரே நினைவுதான்

இவனுடைய பரிதாபகரமான நிலைமையைப் பார்த்தார் ஒரு சாமியார். அவனுக்கு உண்மையாகவே உதவி செய்ய வந்தார். ஒரு காக்கை குருவி கூடக் காண முடியாத ஒரு காட்டுப் பகுதி, அது.

பொட்டல் வெளியின் நடுவே ஒரு பெரிய குளம். ஆழம் எவ்வளவு என்று யாராலும் சொல்ல முடியாது. குளத்தின் கரையில் ஒரு சிறிய குன்று போல கற்கள் குவிக்கப் பட்டிருந்தன.

சாமியார் தங்கப்பனை அந்தக் கற்குவியலுக்கு அருகே கொண்டு போய் நிறுத்தினார்.

"இதோ பார். கண்களை பறிப்பது போல் ஒளி வீசுகிறதே இதெல்லாம் வெறும் கண்ணாடிக் கற்கள்.

ஆனால் நீ நினைப்பது போல உரசினால் தங்கமாக மாற்றும் ஒரு அற்புதமான கல் ஒன்று இந்தக் குவியலுக் குள்ளேதான்

ஒளிந்து இருக்கிறது. அதைக் கண்டுபிடி!"

சாமியார் சொல்லி விட்டு காட்டுக்குள் சென்றுவிட்டார். தங்கப்பன் உடனே வேலையை ஆரம்பித்துவிட்டான்.

குவியலிலிருந்து ஒரு கல்லை எடுத்தான். தன்னுடைய இடுப்பில் இருந்த அரைஞாண் கயிற்றில் உரசிப்பார்த்தான்

மாற்றம் ஏதுமில்லை. உடனே கல்லைக் குளத்தில் தூக்கி எறிந்தான். கல்லை எடுப்பது, உரசுவது; சரியில்லை என்றால் குளத்தில் தூக்கி எறிவது.

நூற்றுக் கணக்கில் இரவ பகலாக இப்படிச் செய்து கொண்டேயிருந்தான் தங்கப்பன்.

பசி, தூக்கம் எதுவுமே அவனுக்குத் தெரியவில்லை . எப்படியோ ஒரு வழியாக குவியலில் இருந்த கற்கள் குறைந்து கொண்டே வந்தன.

கடைசியாக 20 அல்லது 30 கற்கள் தான் இருந்தன.

இன்னும் கொஞ்ச நேரத்தில் அந்த அற்புதக் கல் அவன் கைக்கு வந்துவிடப் போகிறது. முன்னிலும் இரு மடங்கு வேகமாகக் கற்களை எடுத்து சோதித்துக் கொண்டிருந்தான்.

ஏதோ ஒரு கல்லை எடுத்தான். அரைஞாண் கயிற்றில் உரசினான். உரசிய உடனேயே அவனையும் அறியாமல் அந்தக் கல்லை எறிந்துவிட்டான்.

குளத்திற்குள் எங்கோ போய் விழுந்துவிட்டது.

தன் இடுப்பைச் சுற்றி ஏதோ ஒரு ஒளி வீசுவது போல உணர்ந்தான். திடுக்கிட்டுப் போய் அரைஞாண் கயிற்றைப் பார்த்தான்.

என்ன ஆச்சரியம்! ஐயோ! என்னவென்று சொல்லுவது? அரைஞாண் கயிறு முழுவதும் தங்கமாக மாறி ஒளி வீசியது. கண்களைப் பறித்தது!

தங்கப்பனுக்கு இப்போது என்ன செய்வது என்றே தெரியவில்லை.

ஆழம் தெரியாத குளத்தில் விழுந்த அந்தக் கல்லை எப்படித் தேடுவது?

தங்கப்பன் இப்போது 'ஓ' வென்று கதறி அழுதான்!

சொன்னவர்: கா. செங்கோட்டையன்

47

உண்மையான உழைப்பு

ஒரு ஊரில் முருகன் என்ற சிறுவன் இருந்தான். அவனுக்கு அப்பா கிடையாது. அம்மா மட்டும் தான் இருந்தாள். அவளும் நிரந்தர நோயாளியாக இருந்தாள். எந்த வேலையும் அவளால் செய்ய முடியாது

அதனால் இந்த முருகன் தான் அம்மாவுக்கு உதவியாகத் தண்ணீர் எடுத்துக் கொடுத்து விட்டு கிடைக்கிற கூலி வேலைக்குப் போவான். கிடைக்கிற சம்பளத்தில் தாயும், மகனும் பிழைத்து வந்தார்கள்.

முருகனின் ஊர் மணற்பாங்கான ஊர். அதனால் அங்கே மழைபெய்யும் போதுதான் தண்ணீர் இருக்கும். பிறகு எப்போதும் தண்ணீர் தட்டுப்பாடுதான். அதனால் அங்கே எந்த விவசாயமும் நடக்காது.

அந்த ஊர்க்காரர்கள் கூலி வேலைக்காக இரண்டு மைல் நடந்து பக்கத்தூருக்குச் சென்று வேலை பார்த்து வருவார்கள். இந்த இரண்டு மைலும் வெறும் பொட்டல் காடு.

ஒரு சின்ன செடியோ, மரங்களோ இல்லாமல் வெறித்துக் கிடந்தது. இதனால் அந்த வழியில் போகிறவர்களும் வருகிறவர்களும் களைத்துப்போய் ஊருக்குள் வருவார்கள்.

வயதானவர்கள் தங்குவதற்கு நிழல் இல்லாமல், நடக்கவும் முடியாமல் திண்டாடுவதை முருகன் பார்த்து வேதனைப்பட்டான்.

ஒருநாள் அவன் ஒரு சின்ன ஆலங்கன்றைக் கொண்டு போய் அந்த பொட்டலில் நட்டு வைத்தான். உடன் வேலைக்கு வந்தவர்கள் முருகனின் இந்தச் செயலைக் கண்டு எல்லோரும் சிரித்தார்கள். இந்தப் பொட்டலில் மரம் வளர வேண்டு மென்றால் கிழக்கில் உதிக்கும் சூரியன் மேற்கில் உதிக்க வேண்டும் என்றார்கள்.

பாவம் முருகனின் அம்மா. அவளுக்கு இப்படி ஒரு பைத்தியக்காரப் பிள்ளை பிறந்திருக்க வேண்டாம் என்று பேசிக் கொண்டார்கள். ஆனால் முருகன் அதைப்பற்றி எந்தக் கவலையும் படவில்லை .

தினமும் காலையில் வேலைக்குப் போகும்போது வீட்டிலிருந்து ஒரு குடம் தண்ணீர் சுமந்துகொண்டு போய் அந்த மரக் கன்றுக்கு ஊற்றி விட்டுப் போவான். பிறகு வேலை விட்டு வரும் போதும் அந்த ஊரில் இருந்து ஒரு குடம் தண்ணீர் கொண்டு வந்து ஊற்றுவான்.

இப்படியே இரண்டு வருசங்கள் சென்றன. அந்த மரமும் இப்போது பெரிய மரமாகி விட்டது. எங்கிருந்தோ பறவைகளும், பட்சிகளும் வந்து அதில் கூடு கட்டிச் சந்தோசமாக வாழ்ந்தன.

அப்போது ஊர் ஆளுகிற ராசா தன் மந்திரியோடு இந்த வழியே வந்தார். அவர் வெயிலில் மிகவும் களைத்துப் போய் இருந்தார். ஏதாவது மரம் இருந்தால் அந்த நிழலில் தங்கலாமே

என்ற ஆசையோடு சுற்றும் முற்றும் பார்த்துக் கொண்டே வந்தார்.

எங்கும் ஒரே பொட்டல் வெளிதான் தெரிந்தது. ரொம்ப தூரம் வந்த பிறகு இந்த ஆலமரம் சோலையாக நிழல் கொடுப்பதைப் பார்த்து அங்கு வந்து தங்கினார்.

இப்படி ஒரு மணற்காட்டில் இந்த மரம் மட்டும் எப்படி வந்தது என்று வழிப்போக்கர்களை விசாரிக்க, எல்லோரும் முருகனைப் பற்றியும் அவன் கூலி வேலைக்குப் போகும் போதும், வரும் போதும் தண்ணீர் ஊற்றி மரம் வளர்த்ததையும் சொன்னார்கள்!

ராசாவுக்கு சந்தோசமாக இருந்தது. முருகனை வரச் சொல்லி தங்கச் சங்கிலி பரிசு கொடுத்தார்.

சொன்னவர் : பாரததேவி

48

வெள்ளைப் புறாவும் கருப்புப் புறாவும்

ஒரு மரத்தில் இரண்டு புறாக்கள் இருந்தன. அதில் ஒன்று கருப்பு, ஒன்று வெள்ளை இரண்டும் நகமும், சதையும் போல ரொம்ப ஒற்றுமையுள்ள நண்பர்களாக வாழ்ந்து வந்தன.

நமக்குள் என்ன துன்பம் வந்தாலும் ஒருவரை விட்டு ஒருவர் பிரியக் கூடாது என்றும் அப்படிப் பிரிய நேர்ந்தால் இரண்டு பேருமே செத்துப் போக வேண்டுமென்றும் பேசிக் கொண்டன.

இப்படி இருக்கும்போது ஒரு வேடன் பறவைகளைப் பிடிப்பதற்காக வலை விரித்து அதில் கொஞ்சம் நெல்லையும் பரப்பியிருந்தான். மறுநாள் இரை தேடுவதற்காக அந்த வழியே இரண்டு புறாக்களும் பறந்தன.

அப்போது தரையில் கிடக்கும் நெல்லைப் பார்த்துவிட்ட வெள்ளைப் புறா, "ஏ... தோழியே... அதோ அங்கே நிறைய நெல்மணிகள் சிந்திக் கிடக்கின்றன. நாம் தினமும் காத தூரம் பறந்து சிறகு வலியினால் அவதிப் படவேண்டாம். இதோ இங்கே கிடக்கும் நெல்லை வயிறாரச் சாப்பிட்டு விட்டுச் சீக்கிரம் வீட்டிற்குப் போய்ப் படுத்துக்கொள்வோம்" என்றது.

ஆனால் கருப்புப் புறா "என் அருமைச் சிநேகிதியே கண்ணுக்கெட்டிய தூரம் வரை வயல்களோ, வீடுகளோ இல்லை. அப்படி இருக்கும்போது இங்கே நெல் சிந்திக்

கிடக்கிறதென்றால் நம்மைப் பிடிப்பதற்காக வேடன் செய்த சதியாகத் தான் இருக்கும். அதனால் இந்த நெல் நமக்கு வேண்டாம். வழக்கம் போல் வெகு தூரம் பறந்து சென்று இரையெடுப்போம்'' என்றது.

உடனே வெள்ளைப்புறாவிற்குக் கோபம் வந்துவிட்டது. "நீ ஒரு சந்தேகப் பேர்வழி. எப்போது பார்த்தாலும் சந்தேகப் படுவதே உனக்கு வேலையாகி விட்டது. வெட்டவெளிப் பொட்டலில் நெல் கிடந்தால் உடனே வேடன் தான் வலை விரித்திருக்க வேண்டுமா? ஏன்; நெல் வியாபாரிகள் இந்த வழியே சந்தைக்குப் போயிருக்கக் கூடாதா? அப்போது நெல் சிந்தியிருக்கக் கூடாதா? நான் போகிறேன். என்னுடன் நீ வருகிறாயா? இல்லையா?'' என்றது.

கருப்புப்புறா வரவில்லை என்றதும் வெள்ளைப் புறாவிற்குக் கடும் கோபம் வந்துவிட்டது. "நீ என் உண்மையான தோழியாக இருந்தால் என்னுடன் வா. இல்லையென்றால் இனிமேல் உன் முகத்தில் நான் விழிக்க மாட்டேன்'' என்று சொல்லி விட்டுப் பறந்தது.

கருப்புப்புறா நின்ற இடத்திலேயே நிற்க, பறந்துபோன வெள்ளைப்புறா நெல் சிந்தியிருக்கும் இடத்தில் இறங்கியது. உடனே வலையில் சிக்கிக் கொண்டது.

சிக்கிய பிறகு தான் அது தன் தவறை உணர்ந்தது. உடனே தன் தோழியைப் பார்த்து "என் அன்புத் தோழியே! உன் பேச்சைக் கேட்காமல் வந்ததினால்தான் நான் அகப்பட்டுக் கொண்டேன். இனி என் உயிர் வேடனுக்குத்தான் சொந்தம். இது நானாகத் தேடிக் கொண்ட வினை. ஆனால் நீ உன் புத்திசாலித்தனத்தால் தப்பித்துக் கொண்டாய். இனி நீ எங்கேயாவது போய் வேறு ஒரு தோழியோடு சந்தோசமாக இரு" - என்று கண்ணீரோடு கூறியது.

கருப்புப்புறா உடனே பதில் எதுவும் கூறாமல் பறந்து சென்று அங்கங்கே பதுங்கியிருக்கும் எலிகளையெல்லாம் கூட்டி வந்தது. தன் தோழி மாட்டிக் கொண்ட வலையை அறுக்கச் சொன்னது. அந்த எலிகளும் தங்கள் பற்களால் ஒரே நிமிஷத்தில் வலையைக் கடித்து எறியவும், வேடன் வரவும் சரியாக இருந்தது.

தப்பித்தேன், பிழைத்தேன் என்று வெள்ளைப்புறா ஓடிவர, இரண்டு புறாக்களும் பறந்து சென்றன. இப்போதெல்லாம் இரண்டு புறாக்களும் ஒன்றுக்கொன்று சொன்னதைக் கேட்டுச் சந்தோசமாக வாழ்ந்து வந்தன.

சொன்னவர் : பாரததேவி

49

நாகத்தின் முடிவு என்ன ஆனது?

ஒரு மரத்தில் ஒரு குருவி கூடு கட்டி குஞ்சு பொரிப்பதற்காக முட்டையிட்டு வந்தது. அந்த மரத்தினடியில் இருந்த பொந்தில் ஒரு நாகம் குடியிருந்து வந்தது.

அந்த நாகத்திற்கு இந்தக் குருவி முட்டையிட்டது தெரிய வர, உடனே அது மரத்தில் ஏறி அந்த முட்டைகளைக் குடித்து விட்டுப் போய் விடும்.

மறுபடியும் குருவி முட்டையிட. நாகம் குடித்து விட்டுப் போய்விட.... இப்படியே நடந்து கொண்டிருந்தது.

இதனால் தினமும் குருவி இரை தேடக்கூட போகாமல் அழுதவாறு இருந்தது. அந்த வழியாகத் தினமும் ஒரு கழுகு இரை பொறுக்கப் போகும்.

இந்தக் குருவி தினமும் அழுது கொண்டிருப்பதைப் பார்த்த கழுகு குருவியிடம் வந்து "ஏ... குருவி! நானும் இந்த ஒரு வாரமாக பார்க்கிறேன். நீ அழுதுகொண்டே இருக்கிறாய். தினமும் அழும்படி உனக்கு என்ன கவலை வந்துவிட்டது?'' என்றது.

உடனே குருவி தான் முட்டையிடுவதையும், நாகம் குடித்து விட்டுப் போவதையும் கூறி மீண்டும் விம்மி விம்மி அழுதது. அழுகிற குருவியைப் பார்த்துக் கழுகு இரக்கம் கொண்டது.

உடனே "இதோபார் குருவி, உன் துன்பத்தை நான் தீர்த்து வைக்கிறேன். நான் போய் அந்த நாகத்திடம் பேசுகிறேன். இனிமே நீ அழாதே" என்றது. அதன்படியே நாகத்திடம் சென்று "குருவியின் முட்டையை இனிமேல் குடிக்காதே" என்று வேண்டிக் கொண்டது.

கழுகைப் பார்த்த உடன் நாகத்திற்கு முதலில் பயமாக இருந்தது.

ஆனால் கழுகு குருவிக்காகத் தன்னிடம் கெஞ்சுவதைப் பார்த்ததும் நாகத்திற்கு அகம்பாவமாகி விட்டது.

உடனே நாகம் "ஏ... அறிவு கெட்ட கழுகே. உன் விஷயத்தில் நான் குறுக்கிடாத போது என் விஷயத்தில் எதற்காக நீ குறுக்கிடுகிறாய்... வாயை மூடிக்கொண்டு போ. குருவி முட்டையைக் குடிப்பதும், குடிக்காததும் என் இஷ்டம்" என்றது.

உடனே கழுகும் "குருவி முட்டையைக் குடித்த பாவத்திற்கு அனுபவிப்பாய்" என்று கூறிவிட்டுக் குருவியிடம் வந்தது.

தன் வரவை எதிர்பார்த்து நின்ற குருவியிடம் வந்த கழுகு "குருவி, குருவி. நான் நினைப்பது போல் நாகம் நல்லவனாக இல்லை. மிகவும் துஷ்டனாக இருக்கிறது. துஷ்டனைக் கண்டால் தூர விலகு என்பது போல் நீ என் வீட்டிற்குப்

பக்கத்தில் குடி வந்து விடு. உன் முட்டைகளுக்கு நான் காவல் இருக்கிறேன்'' என்று கேட்டுக் கொண்டது.

குருவி சம்மதித்து சந்தோசமாக கழுகு வீட்டிற்குப் பக்கத்தில் போய்க் கூடு கட்டி முட்டையிட்டு வந்தது. இதைக் கேள்விப்பட்ட நாகத்திற்குக் கோபம் வந்து விட்டது.

“நான் முட்டையைக் குடிக்கிறேன். அந்த கழுகு என்ன செய்கிறது- பார்க்கலாம்'' என்று அகம்பாவத்தோடு பேசியவாறு கழுகு குடி இருக்கும் இடத்திற்கு வந்தது. குருவியின் முட்டையைக் குடிக்க முயன்றது.

கழுகிற்குக் கோபம் வந்து விட்டது. உடனே அது பறந்து வந்து நாகத்தைக் கொத்திக் கொத்தித் தின்று ஏப்பம் விட்டுவிட்டது. அதன் பிறகு கழுகின் ஆதரவில் குருவி முட்டையிட்டுக் குஞ்சு பொரித்து சந்தோசமாக வாழ்ந்து வந்தது.

சொன்னவர் : பாரததேவி

50

செல்லப்பேத்தி

ஒரு ஊரில் ஒரு தாத்தா இருந்தார். அவருக்கு ஒரு மகனும், மகளும் இருந்தார்கள். மகனுக்கும், மகளுக்கும் கல்யாணம் செய்து வைத்தார்.

மகனுக்கு ஒரு ஆண் குழந்தையும், மகளுக்கு ஒரு பெண் குழந்தையும் பிறந்தன. தன் பேரன் பேத்திமார்களுடன் இந்தத் தாத்தா எப்போதும் சந்தோசமாக விளையாடிப் பொழுது போக்குவார்.

ஒரு நாள் சாயங்கால நேரம். பேரனும், பேத்தியும் தாத்தாவிடம் ஓடி வந்தார்கள். பேத்தி சொன்னாள்:

"தாத்தா, தாத்தா! இன்னைக்கு என்னை வயலுக்குக் கூட்டிட்டுப் போறயா?" என்று கேட்டாள். பேத்தி மேல் எப்போதும் தாத்தாவுக்குப் பிரியம் அதிகம். மகள் வயிற்றுப் பேத்தி அல்லவா?

உடனே சரி என்று கூட்டிக் கொண்டு புறப்பட்டார். இப்போது மகன் வயிற்றுப் பேரனும் "தாத்தா, தாத்தா! நானும் உங்க கூட வாரேன்" என்று ஓடி வந்தான். தாத்தா இருவரையும் கூட்டிக் கொண்டு நடக்க, கொஞ்சதூரம் போனதும் பேரனும், பேத்தியும் தங்களைத் தூக்கச் சொன்னார்கள்.

தாத்தாவுக்கு எப்போதும் மகள் வயிற்றுப் பேத்தி மேல் தான் பிரியம். அவளைத் தூக்கித் தோள்மீது வைத்துக்கொண்டு பேரனை நடத்திக் கொண்டு போனார். அப்போது தாத்தாவின் வயலில் மாடு மேய்ந்து கொண்டிருந்தது.

உடனே மகன்வயிற்றுப் பேரன் "தாத்தா, தாத்தா! நம்ம வயல்ல மாடு மேயுது" என்றான். தோளில் உட்கார்ந்திருந்த மகள் வயிற்றுப்பேத்தி "தாத்தா, தாத்தா! உங்க வயல்ல மாடு மேயுது" என்று சொன்னாள்.

இதைக் கேட்டதும் தாத்தாவுக்குக் கோபம் வந்து விட்டது. "அடடா! மகள் வயிற்றுப் பேத்தியை நாம் எவ்வளவு பிரியமாக வைத்திருந்தோம். கடைசியில் உங்கள் வயல் என்று சொல்லி அடுத்த வீட்டுப்பிள்ளை என்பதைக் காண்பித்து விட்டாளே" என்று நினைத்தவர், சட்டென்று பேத்தியைக் கீழே இறக்கி விட்டுவிட்டுப் பேரனைத் தூக்கித் தோளில் வைத்துக்கொண்டு வயலில் மேய்ந்த மாட்டை விரட்டப் புறப்பட்டார்.

சொன்னவர் : பாரததேவி

51

நிலாவே சாட்சி

ஒரு ஊரில் சொக்கன் என்று ஒருவன் இருந்தான். அவன் பெரிய முரடன். எப்போதும் ஏதாவது ஒரு வம்பை இழுத்து அடி, தடி, சண்டைக்குப் போகாமல் இருக்கமாட்டான்.

அதனால் அந்த ஊர்க்காரர்கள் 'துஷ்டனைக் கண்டால் தூரவிலகு' என்பது போல் அவனிடம் விலகியே இருந்தார்கள்.

அவனுக்கு ஒரு வயல் இருந்தது. குளத்து நீர்தான் அவன் வயலுக்கு மட்டும் அல்ல; அங்கு இருக்கும் அநேக வயலுக்கும் பாய வேண்டும்.

அதனால் பகல் முழுக்கக் காட்டில் வேலை செய்யும் விவசாயிகள் இரவு நேரம் வயலுக்கு நீர் பாய்ச்சச் செல்வார்கள். ஒரு நாள் ஒரு ஏழை விவசாயி ஒருவன் இரவுநேரம் குளத்திலிருந்து வரும் தண்ணீரைத் தன் வயலுக்குப் பாய்ச்சிக் கொண்டிருந்தான்.

அப்போது இந்த முரட்டுச் சொக்கனும் தண்ணீர் பாய்ச்சுவதற்காக வந்தான். அங்கே இந்த ஏழை விவசாயி தண்ணீர் பாய்ச்சுவதைக் கண்டதும் சொக்கனுக்குச் சண்டாளமாகக் கோபம் வந்தது. நாம் தண்ணீர் பாய்ச்சும்போது 'இவனும் பாய்ச்சுவதா' என்று எண்ணியவன், விவசாயியின் வயலுக்குப் போன தண்ணீரைத் தன் வயலுக்குத் திருப்பி விட்டான்.

வெகுநேரமாகத் தன் வயலுக்குத் தண்ணீர் வராததைக் கண்ட விவசாயி 'எங்கேயாவது உடைப்பு ஏற்பட்டிருக்குமோ' என்று நினைத்து வாய்க்கால் வழியே வந்து பார்த்தபோது தண்ணீர் திருப்பி விட்டிருப்பது தெரிந்தது.

அங்கே சொக்கன் நின்றிருப்பதும், அவன்தான் தண்ணீரைத் திருப்பிவிட்டிருக்கிறான் என்பதும் தெரிந்தது.

விவசாயி அவனிடம் போய் "அய்யா! என் வயல், நீர் இல்லாமல் வாடிக் கிடக்கிறது. கொஞ்சம் தண்ணீர் விடுங்கள்."

"உங்களுக்குப் புண்ணியமாகப் போகும்" என்றான். இதைக் கேட்டதும் சொக்கனுக்கு அடங்காத கோபம் வந்தது. நம்மிடம் இவன் எதிரே நின்று அல்லவா பேசுகிறான் என்று நினைத்தவன் "டேய்! பேசாமல் போகிறாயா? ஒரே போடாகப் போடட்டுமா?" என்று கேட்டான்.

உடனே அந்த விவசாயி "அய்யா! நீங்கள் செய்வது கொஞ்சமும் நன்றாக இல்லை. என் வயலுக்குப் பாயும் நீரை என் திருப்பி விட்டீர்கள்" என்று கேட்க, "என்னை எதிர்த்துப் பேசவா செய்கிறாய்?" என்று மண்வெட்டியைத் தூக்கி விவசாயியை சொக்கன் அடிக்க, விவசாயி அதே இடத்தில் சுருண்டு விழுந்தான்.

சுருண்டு விழுந்தவன் "என்னை நீங்கள் கொன்று விட்டீர்கள். ஆனால் இதற்குக் கூலி கிடைக்காமல் போகாது" என்று சொல்லிக்கொண்டே செத்துப்போனான்.

சொக்கனும் 'இவனைக் கொன்றதற்கு எனக்கு எப்படிக் கூலி கிடைக்கும்? யாரும் பார்த்திருப்பார்களோ' என்று சுற்றிலும் பார்க்க, அங்கே யாருமே இல்லை. முழு நிலா மட்டும் வெளிச்சம் கொடுத்துக் கொண்டிருந்தது.

உடனே சொக்கனும் 'நிலா மட்டும் தான் இருக்கிறது. அது யாரிடமும் சொல்லாது' என்று சிரித்தபடியே சொல்லிவிட்டு விவசாயியை வாய்க்காலிலேயே புதைத்துவிட்டான்.

நான்கு மாதங்கள் ஆகி விட்டன. விவசாயி செத்ததைக் கூட எல்லோரும் மறந்துபோனார்கள். அன்று முழுநிலவு. வாசலில் படுத்திருந்த சொக்கன் நிலாவைப் பார்த்துக் கடகடவென்று சிரித்தான்.

அவன் மனைவி ''ஏன் சிரிக்கிறீர்கள்?'' என்று கேட்க, தான் விவசாயியைக் கொன்று வாய்க்காலில் புதைத்ததைச் சொன்னான். பிறகு சாகும் போது விவசாயி 'உனக்குத் தண்டனை கிடைக்காமல் போகாது' என்று சொல்லி அழுததையும் கூறினான்.

''இதற்கு யார் சாட்சி'' என்று மனைவி கேட்க, இதற்கு நிலா தான் சாட்சி. அந்த நிலா அப்போதும் பேசாமல் தான் இருந்தது. இப்போதும் பேசாமல் தான் இருக்கிறது'' என்று சொல்லிவிட்டுச் சிரித்தான்.

ஒருநாள் அவனுக்கும், அவன் மனைவிக்கும் சண்டை வந்துவிட்டது. அப்போது சொக்கன் ''உன்னைக் கொன்று போடுகிறேன் பார்'' என்றவாறு பெரிய கம்பை எடுத்து ஓங்க, அவள் "அய்யய்யோ ஓடி வாருங்கள். விவசாயியைக் கொன்றது போல் என்னையும் கொல்லப் போகிறான்" என்று கூப்பாடு போட்டாள்.

ஊர்க்காரர்கள் ஓடி வந்து ''என்ன?'' என்று கேட்க, இவளும் எல்லா விசயத்தையும் சொன்ன ஊர்க்காரர்கள் போலீசில் சொல்ல, அவர்கள் இவனைப் பிடித்துக் கொண்டு போனார்கள். இப்போதும் அந்த நிலா பேசாமல் பார்த்துக் கொண்டுதான் இருந்தது.

52

உழைத்த காசே உன் காசு!

மீனாட்சிபுரத்தில் ரங்கன் என்ற பால்காரன் இருந்தான். அவனிடம் மூன்று பசு மாடுகள் இருந்தன. அவற்றிடம் இருந்து பால் கறந்து வியாபாரம் செய்தான்.

வியாபாரத்தில் ரங்கன் தனது கைவரிசையைக் காட்டுவான். பாதிக்குப் பாதி தண்ணீர்தான்

ஊர் மக்களும் இதை தெரிந்து கொண்டார்கள், வேறு வழியின்றி அவனிடமே வாங்கினார்கள்

ஆயிரம் ரூபாய் சேர்ந்தது. சந்தைக்கு நான்காவதாக ஒரு புதிய பசுவை வாங்கப் புறப்பட்டான். சந்தைக்கு பல மைல் நடக்க வேண்டும். பாதி வழியில் களைப்பு. மரத்தடியில் தூங்கி தனது பணத்தைப் பையில் போட்டுத் தலைக்கு அடியில் வைத்துத் தூங்கினான். அடிக்கடி தூக்கத்திலும் பணத்தைத் தடவிப் பார்த்துக் கொண்டான். திடீரென அது இல்லாததை உணர்ந்தான்.

அடித்துப் பிடித்து எழுந்தான். சுற்றும் முற்றும் தேடினான், காணவில்லை. அவனுக்கு ஒரே கவலை. மரத்தின் மேலே பார்த்தான். அங்குள்ள ஒரு குரங்கிடம் தன் பை இருப்பதைக் கண்டான்.

குரங்கு பையைப் பிரித்துப் பார்த்தது. ஏதேனும் தின்பண்டங்கள் இருக்குமா? என்று ஆய்ந்தது.

எதுவும் இல்லாததால் ஆத்திரம் அடைந்தது. பக்கத்தில் பெரிய காட்டாறு ஓடிக் கொண்டிருந்தது. ஒரு பணத்தை எடுத்து ஆற்றில் வீசியது.

ரங்கன் கத்தினான். அவனிடம் ஒரு பணத்தை வீசியது.

மறுமுறை அடுத்த பணத்தைக் காட்டாற்றில் வீசியது. கத்தினான். தன் பக்கம் வீசும் என நினைத்தான். அதன்படி அடுத்த முறையும் ஒரு பணத்தை அவனுக்கு வீசியது.

கத்தினான். தொடர்ந்து தன்னிடம் பணத்தை வீசி எறியும் என நம்பினான், கத்தினான், ஓங்கிக் கத்தினான்.

ஆனால் குரங்கோ ஒருமுறை காட்டாற்றிலும் மறுமுறை ரங்கனிடமும் மாறிமாறிப் பணத்தை வீசியது.

ரங்கன் "ஐயோ, என் பணத்தில் பாதி காட்டாற்றில் போயிற்றே" என்று அழுது புலம்பினான்.

அப்பொழுது ரங்கன் ஊரைச் சேர்ந்த ஒருவர் அந்த வழியாக வந்தார். அவர் நடந்த செய்தியை அறிந்தார். “ரங்கா! பாலில் பாதிக்குப் பாதி தண்ணீர் கலந்து விற்பனை செய்தாய். பாலுக்குரிய பணம் உனக்குக் கிடைத்தது. தண்ணீரால் வந்த பணம் தண்ணீரிலேயே போய்விட்டது” என்றார்.

சொன்னவர்: பாரதி தேவி

53
உயர்ந்த நண்பன்

பெரிய காடு. அதில் காகமும் மானும் நண்பர்கள். இந்த நண்பர்களைப் பிரிக்கத் திட்டமிட்டது நரி ஒன்று. அத்துடன் மானைக் கொன்று தின்னவும் நினைத்தது.

தன் திட்டம் நிறைவேற மானிடம் தனியாகப் பேசியது. வேஷமிட்டு நடித்தது. பசப்பு வார்த்தைகள் கூறி மானைப் பாராட்டியது. ஏமாளி மான் தாயை நம்பியது. புது நண்பனாக ஏற்றது.

இருவரும் காகம் இருக்கும் இடம் வந்தார்கள். மானும் நரியும் ஒன்றாக வருவதைக் கண்ட காகம் நரி மீது சந்தேகம் கொண்டது. மானிடம் எச்சரிக்கை விடுத்தது. மான் அதைப் பொருட்படுத்தவில்லை.

"நீ எனக்கு எப்படி நண்பனோ அப்படியே இவனும் இருக்கட்டும்" என்று சொல்லி நரியுடன் நட்பு பூண்டது. மூன்றும் இரவு நேரத்தில் ஒன்றாக பல நாட்கள் வசித்து வந்தன.

காட்டின் அழகைக் காண்பிப்பதாக நரி மானைக் கூட்டிச் சென்றது. பல மைல் தூரம் வந்தது. பச்சைப் பசேலென்ற பூமியில் தினம்தோறும் நரியும் மானும் அங்கு சென்று மேய்ந்தன. ஒரு நாள் வேடன் ஒருவன் கட்டி வைத்த வலையில் மான் சிக்கிக் கொண்டது.

நரி அதை வேடிக்கை பார்த்ததே தவிர காப்பாற்றவில்லை. அத்துடன் இந்த நல்ல நாளை எதிர்பார்த்துக் காத்திருந்ததாக கூறியதும் மான் தன் மடமையை எண்ணி வருந்தியது.

இரவில் மான் வீடு திரும்பவில்லை. காகம் பல இடங்களில் தேடியது. நரியிடம் கேட்டும் சரியான பதில் கிடைக்கவில்லை. கடைசியில் மூன்று நாள் கழித்து வலையில் சிக்கிய மானைக் காகம் கண்டது. மான், நரியின் வஞ்சகத்தைக் கூறி அழுதது. காகம் பேச்சைக் கேட்காததால் ஏற்பட்ட நிலையை எண்ணியது. ஏதாவது தந்திரம் செய்து மானைக் காப்பாற்ற காகம் முடிவு செய்தது. அதைச் செயலாக்கும் நேரத்தில் வேடன் தடியுடன் வந்தான்.

காகம், மானிடம் "நண்பா! இப்போது மூச்சை அடக்கிக் கொண்டு இறந்தவனைப்போல் கிட! அவன் உன்னைப் பார்த்து இறந்து விட்டாய் என்று எண்ணுவான். இறந்த மானை அவன் விரும்பமாட்டான். எனவே வலையைச் சுருட்டி எடுத்து

விடுவான். அந்த நேரத்தில் நான் சத்தம் போடுவேன். நீ தப்பித்து விடவேண்டும்'' என்று கூறியது.

வேடன் மானை நெருங்கினான். காகம் பிணத்தைக் கொத்துவது போல பாசாங்கு செய்தது. வேடனும் மானைப் பார்த்து இறந்து விட்டதாக எண்ணினான். தனது வலையை அருகே சென்று சுருட்டினான். மான் தப்பிக்க வசதியாக இருந்த நேரத்தில் காகம் சத்தம் போட்டுக் கத்தியது. மான் உடனே ஓடியது.

வேடன் உஷாரானான். தன் கையில் வைத்திருந்த தடியை கோபத்துடன் மிக வேகமாக ஓடும் மான்மீது வீசினான். மான் வளைந்து நெளிந்து ஓடியதால் அதன்மீது படவில்லை. அந்தத் தடி அங்கே ஓரிடத்தில் நின்ற வஞ்சக நரியின் திருட்டு நெஞ்சைப் பிளந்தது.

காகம் மானைப் பார்த்து "தனக்கு நன்மை செய்கின்ற நண்பனின் பேச்சைக் கேளாதவனுக்கு துன்பம் உடனே வரும். அவன் அப்படிச் செய்வது எதிரிக்கு நன்மையாகவும் போய்விடும். கெடுவான் கேடு நினைப்பான்'' என்று அறிவுரை கூறியது. பின் காகமும் மானும் இணை பிரியாமல் உற்ற தோழர்களாக வாழ்ந்தன.

சொன்னவர்: வி. ஆனந்தமூர்த்தி

54

வாயுள்ள பிள்ளை பிழைக்கும்

பெரிய அடர்ந்த காடு. நிறைய மிருகங்கள் வாழ்ந்தன. சிங்கம் தான் ராஜா. அது கிழட்டுச் சிங்கமாகிவிட்டது.

ஆகையால் வேட்டை ஆட முடியவில்லை.

எனவே குறுக்கு வழிகளைக் கையாண்டு பிற மிருகங்களைக் கொன்று தின்றது. எல்லா வழிகளையும் கடைப்பிடித்தது. கடைசியில் ஒரு சூழ்ச்சியிலும் இறங்கியது.

கரடி ஒன்று சிங்கத்தைக் கடந்து சென்றது. கரடியை அழைத்து தன் வாய் எப்படி மணம் வீசுகிறது என கேட்டது.

சிங்கத்தின் சூழ்ச்சியை கரடி அறியவில்லை. சிங்கம் திறந்த வாயை முகர்ந்து பார்த்தது கரடி. இறைச்சி சாப்பிடும் சிங்கத்தின் வாய் நாற்றம் அடித்தது.

“அரசே! தங்கள் வாயிலிருந்து கெட்ட நாற்றம் வீசுகிறது. என்னால் சிறிது நேரங்கூட தாங்கமுடியவில்லை” என்று உண்மையைக் கூறியது.

சிங்கத்திற்கு கோபம் வந்தது. "எல்லோரும் போற்றும் ராஜாவாகிய என் வாய் நாறுகிறதா? என்ன துணிச்சல் உனக்கு?" என்று கத்திக் கொண்டே அதைக் கொன்று தின்றது.

அடுத்து ஒரு மானை அழைத்தது. கரடியிடம் கேட்டது போலவே கேட்டது. மான், கரடிக்கு நேர்ந்தது போல் நமக்கு

எதுவும் நேரக்கூடாது என்று எண்ணியது.

உடனே மான் பொய்யாக, சிங்கத்தின் வாயிலிருந்து அருமையான மணம் வீசுவதாக பொய் கூறியது. "அப்பாடா தப்பித்தோம்" என்று நகர்ந்தது.

ஆனால் சிங்கம் மானை நிற்கக் கூறியது. "நான் இறைச்சி சாப்பிடுபவன். ரத்தத்தைக் குடிப்பவன். வாயைக் கழுவமாட்டேன். எப்படி என் வாய் மணம் வீசும், பொய் கூறிய உன்னை விடப்போவதில்லை" எனக்கூறி பாய்ந்து மானையும் கொன்றது சிங்கம்.

அடுத்து யாரைத் தனக்குப் பலியாக்குவது என யோசித்தது. அந்த வழியே முயல் ஒன்று வந்தது. முயலை அழைத்தது சிங்கம். முயல் பயந்து பயந்து வந்தது.

கரடிக்கும் மானுக்கும் நேர்ந்த கதை அதற்குத் தெரியும். எப்படித் தப்பிக்கலாம் என யோசனை செய்தது.

தன் வாயை முகர்ந்து எப்படி மணம் வீசுகிறது என கூறுமாறு கட்டளை இட்டது சிங்கம்.

தான் உண்மை சொன்னால் கரடி போல் சாவது உறுதி. பொய் சொன்னால் மான் போல் சாவதும் உறுதி. என்ன சொல்லித் தப்பிக்கலாம் என யோசித்தது.

அறிவுக் கூர்மையான முயல் "அரசே! எனக்கு இரு நாட்களாக ஜலதோசம், அதனால் கடுமையான மூக்கடைப்பு உள்ளது. தங்கள் வாயிலிருந்து வரும் மணத்தைக் கண்டறிய முடியவில்லை" என்றது.

இரண்டு நாள் முயலுக்குத் தவணை கொடுத்து, மருத்துவரிடம் குணப்படுத்த கூறியது. சரி, என்று தலையாட்டி துள்ளிக் குதித்து ஓடியது முயல்.

அதன் பிறகு சிங்கத்திடம் வர முயலுக்குப் பைத்தியமா என்ன?

வாயுள்ள பிள்ளை பிழைக்கும் அல்லவா?

சொன்னவர்: ஆனந்தமூர்த்தி

55

உயர்ந்தவர் யார்

ஒரு ஊரில் ஒரு சிறுவன் இருந்தான்.

அவன் எப்போதும் பறவைகள், விலங்குகளுடனேயே இருப்பான். அப்படி இருப்பது அவனுக்கு ரொம்ப இஷ்டம். பறவைகளும் விலங்குகளும் அவனிடம் பிரியமாக இருக்கும்.

அணில், பூனை, நாய், குரங்கு என்று விலங்குகளும் புறா, குருவி போன்ற பறவைகளும் அந்தச் சிறுவனோடு மிகவும் நட்புடன் இருந்தன. இவைகளுடன் அந்தச் சிறுவன் விளையாடுவான். ஓடிப்பிடித்து விளையாடுவார்கள். குதிப்பார்கள்.

இதெல்லாம் அவனுக்கு ரொம்ப ரொம்ப இஷ்டமானது. ஊருக்கு வெளியே ஒரு ஆலமரம் உண்டு. அங்கு அணில், பூனை, நாய், புறா, குருவி எல்லாம் வந்துவிடும். இந்தச் சிறுவனும் அங்கு வந்து விடுவான். பிற்பாடு ஒரே அமர்க்களம் தான்!

இப்படியாக இருக்கும் போது ஒரு நாள் புறா ஒரு யோசனை சொன்னது. “நம் ஊருக்கு வெளியே ஒரு காடு உண்டு. அந்தக் காட்டுக்கு முன்னாடி ஒரு குளம் உண்டு. அந்தக் குளத்தில்

நிறையத் தண்ணீர் நிரம்பிக் கிடக்கிறது. நாம் எல்லோரும் போய் அந்தக் குளத்தில் ஒரு நாள் குளிக்கலாம். ரொம்ப நல்லா இருக்கும். பாறையில் இருந்து தொபுகடீர் தொபுகடீர் என்று தண்ணீரில் விழுந்து குளிக்கலாம். அந்தக் குளத்தில் நிறைய தவளைகள் உள்ளன. எல்லாம் கொர் கொர் என்று அற்புதமாகப் பாடும். அதைக் கேட்கக் கேட்க இனிமையாக இருக்கும்'' என்று கூறியது.

இதைக் கேட்டதும் குரங்கு ''ஆகா' நல்ல யோசனை'' என்றது. அணில் ஆர்வத்தில் குதித்தது.

சிறுவனும் இந்த யோசனையைக் கேட்டுத் துள்ளிக் குதித்தான்.

ஒரு நாள் -

அணில், பூனை, நாய், புறா, குருவி இவைகளுடன் அந்தச் சிறுவனும் குளத்துக்குக் குளிக்கக் கிளம்பினான்.

ஆட்டம் ஆடிக்கொண்டும் பாட்டுப் பாடிக் கொண்டும் சென்றனர். அவர்கள் நடந்து செல்லும்போது ஒரு விவாதம் வந்தது. புறாவும் குருவியும் வேகமாகப் பறந்து சென்றன.

எனவே "நம் அனைவரில் நாங்கள்தான் உயர்ந்தவர்கள்" என்று கூறின.

உடனே பூனை "நான் தான் அழகாகக் கத்துவேன். குழந்தைகள் எல்லாம் என்னைப் பார்த்துப் பயப்படுவார்கள். எனவே நான்தான் உயர்ந்தவன்" என்றது.

அணில் "நான் அழகாக இருக்கிறேன். குழந்தைகளுக் கெல்லாம் என்னைப் பிடிக்கும். எனவே நான்தான் பெரியவன்" என்றது.

உடனே நாய் "நான் தான் நன்றியுள்ள பிராணி. எனவே நான் தான் உயர்ந்தவன்" என்றது.

இது பெரிய விவாதமாக மாறியது.

சிறுவன் விடவில்லை. "உங்கள் எல்லோரையும் விட நான்தான் பெரியவன். நீங்கள் எல்லோருமே விலங்கு, பறவை இனத்தைச் சேர்ந்தவர்கள். நான் மட்டும் தான் மனித இனத்தைச் சேர்ந்தவன். எனவே நான் தான் உயர்ந்தவன். என் பேச்சைத்தான் நீங்கள் எல்லோரும் கேட்க வேண்டும்" என்றான்.

உடனே அணில், பூனை, நாய், புறா, குருவி இவை அனைத்தும் ஒன்று சேர்ந்து கொண்டன.

"மனித இனத்தை மட்டும் எப்படி உயர்ந்த இனமாகக் கருதமுடியும்?" என்று ஒட்டு மொத்தமாகக் கூச்சலிட்டன.

சிறுவன் விடவில்லை!

"உங்கள் எல்லோருக்கும் ஐந்தறிவுதான் உண்டு. மனித இனத்துக்கு மட்டும்தான் ஆறு அறிவு உள்ளது. அதனால் தான் மனித இனம் உயர்ந்தது என்று கூறுகிறேன்" என்றான்.

இதைக் கேட்டதும் அனைத்தும் அமைதியாகி விட்டன.

சிறுவனின் குரல் உயர்ந்தது. சிறுவன்தான் எல்லாவற்றையும் அடக்கி தான்தான் உயர்ந்தவன் என்பதை நிலைநாட்டினான்.

அதன்பிறகு எதுவும் ஒன்றும் பேசவில்லை. அமைதியாகவே நடந்து சென்றுகொண்டிருந்தன. சிறுவன் தான் ஜெயித்து விட்டோம் என்ற கர்வத்தில் மிடுக்குடன் நடந்துசென்று கொண்டிருந்தான்.

சிறிது தூரம் நடந்ததும் ஒரு இடத்தில் மூன்று சாலைகள் பிரிந்து சென்றன. குளத்துக்கு எந்தச் சாலை வழியாகப் போக வேண்டும் என்று தெரியவில்லை. குழப்பமாகிவிட்டது.

அப்போது அந்த வழியாக ஒரு காக்கை வந்தது. அந்தக் காக்கையிடம் கேட்டால் தெரியும் என்று அதனிடம் கேட்டார்கள்.

காக்கை சொன்னது. "எனக்கும் குளத்துக்கு எப்படிப் போக வேண்டும் என்று தெரியாது."

"அதோ பாருங்கள், அந்தப் போர்டில் குளத்துக்குப் போகும் வழி எழுதி உள்ளது. படித்துத் தெரிந்து கொள்ளுங்கள்" என்று கூறிவிட்டுப் பறந்து சென்று விட்டது.

உடனே அணில் அந்த போர்டில் ஏறிப் பார்த்தது. அதற்குப் படிக்கத் தெரியவில்லை. புறாவும், குருவியும் அந்த போர்டின் மேல் பறந்து சென்று உட்கார்ந்து உற்றுப் பார்த்தன. அதுகளுக்கும் படிக்கத் தெரியவில்லை.

நாய், "நமக்கெல்லாம் படிக்கத் தெரியாது" என்று ஒதுங்கிக் கொண்டது. கடைசியாக எல்லாம் அந்தச் சிறுவனைப் பார்த்தன.

சிறுவன் அந்த போர்டைப் பார்த்தான். அவனுக்கும் எழுதப்படிக்கத் தெரியாது. அவன் அதைத் திருதிருவென்று பார்த்துக் கொண்டிருந்தான்.

உடனே அணில், நாய், புறா, குருவி எல்லாம் அவனைச் சுற்றி நின்று கொண்டு "அட! உனக்கும் எங்களைப் போலத்தான் படிக்கத் தெரியாதா! அப்ப நீயும் எங்களைப் போலத்தான் பறவை - விலங்கு ஜாதி. உன்னை எப்படி உயர்ந்தவன் என்று நாங்கள் நம்புவது?" என்று கூச்சலிட்டன.

அந்தச் சிறுவன் தலைகுனிந்து நின்றான்.

சொன்னவர்: சு. பாலசுப்பிரமணியன்

56

ஒரு யானையின் எடை

மரகதபுரி மன்னன் வீரசேனன் இளைஞன். சிறிது காலத்திற்கு முன்புதான் அவனது தந்தை இறந்து போனார். அதற்குப் பிறகு மன்னன் ஆனவன்,

ஆடம்பரமாகவும், எந்தவிதக் கவலையும் இல்லாமல் இருக்க வேண்டும் என்று நினைப்பவன். மக்களைப் பற்றிக் கொஞ்சமும் அவன் கவலைப்படவில்லை.

அந்த நாட்டின் மந்திரியாக இருந்தவர் அம்பலவாணன். மன்னன் வீரசேனனிடம் நாட்டு நிலைமையைக் கூறி அதற்குத் தக்க நடவடிக்கை எடுக்க வேண்டும் என்று அடிக்கடி சொல்லி வந்தார்.

மன்னன் வீரசேனனுக்கு இது கொஞ்சமும் பிடிக்கவில்லை. எப்படியாவது மந்திரியைப் பதவியை விட்டு நீக்கிவிட வேண்டும் என்று ஆசைப்பட்டான்.

ஆனால் தளபதி "அவசரப்பட்டு ஏதாவது செய்து விடாதீர்கள். மந்திரியைப் பதவியை விட்டு நீக்கினால் நாட்டில் குழப்பம் ஏற்பட்டு விடும். அவரும் சும்மா இருக்க மாட்டார்" என்று மன்னனிடம் சொன்னான்.

தளபதியும் மன்னனைப் போல நாட்டைப் பற்றிக் கவலைப் படாதவன். சுய நலம் மிகுந்தவன்.

எப்படியாவது மந்திரியை நீக்கிவிட வேண்டும். அதுவும் தானாகவே போய்விட வேண்டும் என்று மன்னனும் தளபதியும் யோசனை செய்தார்கள்.

‘‘யாராலும் செய்யவே முடியாத காரியத்தைச் செய்யச் சொல்லிக் கட்டளை இடுவது; அதை அவரால் செய்ய முடியாது போய்விடும். முடிவில் தானாகவே மந்திரி யாரிடமும் சொல்லிக் கொள்ளாமல் பதவியை விட்டுப் போய் விடுவார்.’’

இப்படித்தான் மன்னனும் தளபதியும் திட்டம் போட்டார்கள். மன்னன் உடனே மந்திரியை வரச் சொல்லிக் கட்டளை இட்டான்.

மந்திரி அரண்மனைக்கு வந்தார். மன்னன் வீரசேனன் அவரைப் பார்த்து “மந்திரியாரே! எனக்கு வெகு நாட்களாக ஒரு சந்தேகம். சந்தேகம் என்று சொல்லக் கூடாது. ஆசை என்றுதான் சொல்ல வேண்டும். அந்த ஆசையை அறிவிற் சிறந்த தாங்கள் தான் தீர்க்க முடியும்” என்று சொன்னான்.

இவ்வளவு நாட்களாக நம்மைக் கூப்பிட்டு எந்த வித யோசனையும் கேட்காத இவன் இப்போது திடீரென்று நம்மிடம் யோசனை கேட்கிறானே? எதற்கு என்று தெரியவில்லையே என்று நினைத்தார் அமைச்சர்.

“மன்னரே! உங்கள் ஆசை எது என்று சொல்லுங்கள். உடனே நான் செய்து முடிக்கிறேன்” என்று அப்பாவித்தனமாக மந்திரி, மன்னனிடம் கேட்டார்.

“வேறொன்றுமில்லை! நமது பட்டத்து யானையின் எடை என்ன என்று எனக்குத் தெரிந்துகொள்ள ஆசை. அதைத் தாங்கள் தான் கண்டு பிடித்துச் சொல்ல வேண்டும். அதுவும் கடைத் தராசின் மூலம்தான் எடையைக் கண்டுபிடித்து எனக்குத் துல்லியமாகச் சொல்லவேண்டும். ஏழு நாட்கள் அவகாசம் தருகிறேன்” என்று மந்திரியிடம் சொல்லிவிட்டு, உடனே மன்னன் அந்தப்புரத்திற்குப் போய்விட்டான்.

மந்திரிக்குக் கொஞ்ச நேரம் ஒன்றுமே புரியவில்லை.

“பட்டத்து யானையின் எடையைக் கண்டுபிடித்துச் சொல்வது என்பது சுலபமான காரியமா என்ன? அதுவும் கடைத் தராசின்

மூலம் கண்டு பிடித்துச் சொல்ல வேண்டும் என்று மன்னன் சொல்கிறானே" - இப்படி நினைத்துக் குழப்பத்துடன் மந்திரி சென்றார்.

என்ன முயற்சி செய்தும் யானையின் எடையைக் கண்டு பிடிக்க வழி தெரியாமல் விழித்த மந்திரி. யோசனையிலேயே ஐந்து நாட்கள் பறந்துவிட்டன.

அன்று ஆறாவது நாள். யாருக்கும் தெரியாமல் இரவோடு இரவாக குடும்பத்தோடு எங்காவது கண்காணாத இடத்திற்குப் போய்விடுவது என்று எண்ணி அதற்கான ஏற்பாடுகளைச் செய்து கொண்டிருந்தார்.

நடுப்பகல் நேரம், அரண்மனை வைத்தியரின் மகள் அருண்மொழி மந்திரியை வந்து சந்தித்தாள். மந்திரிக்கு ஏற்பட்டுள்ள சிக்கலான பிரச்சினை பற்றி முன்பே அருண் மொழியின் தந்தை அவளிடம் சொல்லியிருந்தார்.

"ஐயா! தாங்கள் எவ்வளவோ தியாகங்கள் இந்த நாட்டிற்காகச் செய்திருக்கிறீர்கள். உங்களுக்கு உதவி செய்ய வேண்டியது என்னுடைய கடமை. மன்னர் பட்டத்து யானையின் எடையைக் கண்டுபிடித்துச் சொல்ல வேண்டும் என்று சொல்கிறார். அவ்வளவு தானே! கவலையை விடுங்கள். என்னிடம் அதை விட்டு விடுங்கள்! நான் பார்த்துக்கொள்கிறேன்" என்று மந்திரியிடம் அருண்மொழி சொன்னாள்.

மந்திரிக்கு மிகவும் ஆச்சரியமாக இருந்தது. “வயதும், அனுபவமும், அறிவும் உள்ள என்னால் முடியாததை வயதில் இளையவளான இவளால் எப்படி முடியும்” மந்திரி சந்தேகப் பட்டார்.

அருண்மொழி “ஐயா! நீங்கள் சந்தேகப்படாதீர்கள்! நான் நிச்சயம் இதை செய்து முடித்து விடுவேன். இது உறுதி. நாளைக் காலையில் ஆற்றோரத்தில் பட்டத்து யானையைக் கொண்டுவந்து நிறுத்தச் சொல்லுங்கள். அது நிற்பதற்குத் தகுந்த படகு ஒன்றும் வேண்டும். தராசு, எடைக்கற்களும் வந்து சேரட்டும். மற்றவற்றை நான் பார்த்துக் கொள்கிறேன்!” என்று மந்திரியிடம் சொல்லிவிட்டு புறப்பட்டுப் போய்விட்டாள்.

மறுநாள் காலை அமைச்சரின் உத்தரவுப்படி காவலர்கள் பட்டத்து யானையை ஆற்றின் கரையில் கொண்டு நிறுத்தினார்கள். அது நிற்பதற்குத் தகுந்த பெரிய படகு ஒன்றும் ஆற்றில் தயாராக இருந்தது. தராசும் படிக்கற்களும் தயாராக இருந்தன.

மந்திரி அருண்மொழியை எதிர்பார்த்துக் காத்திருந்தார்.

சிறிது நேரத்தில் அருண்மொழி வந்து சேர்ந்தாள். வரும்போதே சில ஆட்களையும் அழைத்து வந்திருந்தாள்.

மந்திரி ‘என்ன நடக்கப் போகிறதோ’ என்று கவலையோடு இருந்தார். அருண்மொழி ‘மளமள’வென்று வேலையைத் தொடங்கிவிட்டாள். அங்கு நின்ற காவலர்களை அழைத்து யானையைப் படகில் கொண்டு போய் நிறுத்தச் சொன்னாள்.

யானை படகில் கொண்டுபோய் நிறுத்தப்பட்டது. படகு சிறிதுநேரம் அப்படியும் இப்படியுமாக பயங்கரமாக ஆடியது. சற்று நேரத்தில் ஆட்டம் நின்று தண்ணீரில் மூழ்கத் தொடங்கியது. பிறகு படகு அசையாமல் நின்றது.

இப்போது அருண்மொழி படகின் வெளிப்புறத்தில் தெரியும் நீர் மட்டம் வரை சரியாக சுண்ணாம்புக் கோடு போட்டுக் குறித்துக் கொண்டாள்.

யானை கரையில் இறக்கப்பட்டது.

அருண்மொழி இப்போது தான் அழைத்து வந்த ஆட்களிடம் படகில் கூடை கூடையாக ஆற்று மணலைக் கொட்டச் சொன்னாள்.

மணல் கொட்டப்பட, கொட்டப்பட படகு கொஞ்சம் கொஞ்சமாக ஆற்று நீரில் மூழ்கத் தொடங்கியது.

அருண்மொழி தான் வரைந்த சுண்ணாம்புக் கோடு வரை எப்போது படகு மூழ்கும் என்று உன்னிப்பாகக் கவனித்துக் கொண்டிருந்தாள். அந்த அளவுக்குப் படகு மூழ்கியதும் “போதும் நிறுத்துங்கள்” என்று மணல் கொட்டிய ஆட்களிடம் சொன்னாள்.

பின்னர் படகில் இருந்த மணலைக் கொஞ்சம் கொஞ்சமாக தராசில் போட்டு எடை பார்த்தாள். இப்படி படகில் இருந்த மணல் முழுவதையும் தராசில் எடை போட்டுக் குறித்துக் கொண்டாள்.

கடைசியில் தான் குறித்து வைத்திருந்த எல்லா எடையையும் ஒன்றாகக் கூட்டிக் கணக்குப் பார்த்து பட்டத்து யானையின் எடை எவ்வளவு என்பதைத் துல்லியமாக மந்திரியிடம் சொல்லிவிட்டாள்.

மந்திரிக்கோ சொல்ல முடியாத மகிழ்ச்சி. கண்களில் நீர் துளிர்க்க அருண்மொழியின் கைகளைப் பிடித்துக் கொண்டு “நன்றி நன்றி!” என்று பல முறை சொன்னார்.

சொன்னவர்: சக்திபானு

www.ingramcontent.com/pod-product-compliance
Lightning Source LLC
LaVergne TN
LVHW100240051026
849517LV00006B/1944